Đem đại nghĩa thắng hung tàn

Lấy chí nhân thay cường bạo

BÌNH NGÔ ĐẠI CÁO

Nguyễn Trãi

1380 - 1442

Lời chào mừng của Ban Tổ Chức

Kính thưa quý vị quan khách, quý Thầy, Cô, cùng các bạn đồng môn,

Thay mặt Ban Tổ Chức chúng tôi hân hoan chào mừng toàn thể quý vị tới tham dự Đại Hội Nguyễn Trãi Kỳ 7 tại Ottawa.

Đây là lần thứ 2 chúng tôi được hân hạnh tiếp đón quý vị trong Đại Hội Nguyễn Trãi, sau Đại Hội Kỳ 4 năm 2018, cũng tại địa điểm này.

Khi nhận lời yêu cầu của các anh chị em đồng môn bên Hoa Kỳ tổ chức Đại Hội Kỳ 7, chúng tôi rất ưu tư. Các anh chị em thiện nguyện cũng như các đồng môn sau 6 năm tuổi mỗi ngày một cao, sức khoẻ dĩ nhiên không còn được tốt như trước đây nên không biết có đủ sức lực để gánh vác công việc tổ chức cũng như số người tham dự còn được đông đảo như Đại Hội Kỳ 4 hay không.

Tuy nhiên, chúng tôi rất may mắn được sự khuyến khích và sốt sắng hỗ trợ của các đồng môn như các anh Mai Đông Thành, Tạ Quang Tuấn, Trần Hữu Quý, Nguyễn Văn Cấp, các chị Thuý Loan, Thảo Ly, Kim Oanh, Bạch Tuyết, và các anh chị trong Ban Văn Nghệ Ottawa gồm có các anh Duy Vinh, Tuấn Hoà, Vũ Đúng, Ngọc Đen, Phan Huy, các chị Hồng Nhung, Kim Thoa, Thuỳ Hương, Tuyết Ngân.

Thêm vào đó, chúng tôi nhận được sự ủng hộ về tài chánh dồi dào của ban tổ chức các Đại Hội Nguyễn Trãi trước đây, các thân hữu như hãng Địa Ốc Alpha Realtors của chị Nga Dung ở Texas, Phở 79 tại California, tiệm Thanh Sơn Tofu tại Mississauga, quý Thầy, Cô, và một số đồng môn Nguyễn Trãi.

Ban Tổ Chức Đại Hội Nguyễn Trãi Kỳ 7 cũng cố gắng thực hiện được cuốn Tập San Nguyễn Trãi 2024 nhờ sự đóng góp kiên nhẫn và nhiều sáng kiến mới lạ của một Ban Biên Tập gồm có chị Thảo Ly, các anh Tạ Quang Tuấn, Trịnh Vũ Điệp, và Nguyễn Duy Vinh.

Dĩ nhiên không một sinh hoạt cộng đồng nào có thể thành tựu được nếu không có các thiện nguyên viên làm việc âm thầm, nhiệt thành như các anh chị em thiện nguyện giúp chúng tôi trong Đại Hội này.

Những sự hỗ trợ quý báu trên đây đã giúp chúng tôi vượt qua được các trở ngại khó khăn lúc ban đầu và sau cùng chúng tôi lại được hân hạnh đón tiếp các quý vị một lần nữa tại Ottawa.

Xin kính chúc quý vị một Đại Hội Nguyễn Trãi nữa thật vui.

Can D. Le

Lê Duy Cấn
Trưởng Ban Tổ Chức
Đại Hội Nguyễn Trãi Kỳ 7
Ottawa, Canada

Mục Lục

Ban Biên Tập

Ban Biên Tập chân thành cảm tạ quý Thầy, Cô, các bạn học và dâu rể Trung Học Nguyễn Trãi đã đóng góp ý kiến, bài vở, tranh ảnh và thư pháp.. và đặc biệt là các ân nhân, các cơ sở thương mại đã đăng quảng cáo, hỗ trợ tài chánh cho việc tổ chức Đại hội và đặc san Nguyễn Trãi (2024).

Kính chúc quý Thầy, Cô, quý vị mạnh thường quân và bạn đọc bình an và hạnh phúc.

- Trịnh Vũ Điệp (Ottawa, Canada)
- Nguyễn Thảo Ly (Houston, USA)
- Tạ Quang Tuấn (Maryland, USA)
- Nguyễn Duy Vinh (Ottawa, Canada)

Giáo Dục Hướng Thượng

*"Đất nước có giàu đẹp vững mạnh đều trông nhờ vào lớp người tuổi trẻ hôm nay. Nguồn năng lượng để cung cấp cho đất nước là khả năng và kiến thức của tuổi trẻ . Nếu ngày nay tuổi trẻ không được đào tạo, học hành kỹ lưỡng thì đó là cái lỗi của thế hệ Cha Ông, chúng ta phải lấy điều đó mà ra công xây dựng tài bồi cho tuổi trẻ". **Tuệ Sỹ***

Trên mạng "internet" mới đây có một bài viết về: **Một nền giáo dục "mất dạy"**. Chuyện là một giáo sư có học vị Tiến sĩ ở Nga về, trong cuộc họp mặt với bạn bè, đã gọi Tổng thống Ngô Đình Diệm là "thằng" và đã bị người viết bài mắng "anh là một người mất dạy". Vị Giáo sư nhận là mình sai và xin lỗi. Tác giả bài viết nhận định: đây chỉ là thói quen do được đào tạo bởi một nền giáo dục "mất dạy", ngụ ý "rau nào, sâu ấy" hoặc "gần mực thì đen...". Xã hội nào con người nấy!

Quả thật, con người được giáo dục tốt sẽ quen sống có trách nhiệm với bản thân, với gia đình và xã hội. Hơn nữa, giáo dục còn có vai trò vô cùng quan trọng về sự hưng vong của một quốc gia và của cả xã hội loài người. Chúng ta cần tìm hiểu những quan niệm về một nền giáo dục văn minh, tiến bộ và hướng thiện theo tiêu chuẩn: chân, thiện, mỹ. Đó là một nền giáo dục luôn tôn trọng sự thật, có căn bản đạo đức và toả sáng rực rỡ, là ngọn đuốc soi đường cho nhân loại.

Theo Wikipedia, *"**Giáo dục** là hình thức học tập theo đó kiến thức, kỹ năng, được traotruyền từ thế hệ này sang thế hệ khác thông qua giảng dạy, đào tạo, hay nghiên cứu. Giáo dục thường diễn ra dưới sự hướng dẫn của người khác, nhưng cũng có thể thông qua tự học. Bất cứ trải nghiệm nào có ảnh hưởng đáng kể lên cách mà người ta suy nghĩ, cảm nhận, hay hành động đều có thể được xem là có tính giáo dục. Tuy nhiên, không thể bắt ép một người học một thứ gì đó mà bản thân họ không có nhu cầu, như vậy là phản giáo dục.*

Về mặt từ nguyên, "education" trong tiếng Anh có gốc La-tinh ēducātiō (nuôi dưỡng, nuôi dạy) gồm ēdūcō (tôi giáo dục, tôi đào tạo). Trong tiếng Việt, giáo (教) có nghĩa là "dạy cho biết", dục (育) có nghĩa là "nuôi nấng"; giáo dục là "dạy dỗ gây nuôi đủ cả trí-dục, đức-dục, thể-dục".

Sự phát triển văn hóa và văn minh của nhân loại, phụ thuộc vào lề lối và phương pháp giáo dục. Trước khi có chữ viết, giáo dục được thực hiện bằng lời nói và thông qua bắt chước. Những câu chuyện kể được tiếp tục từ đời này sang đời khác. Rồi ngôn ngữ nói phát triển thành những chữ và ký hiệu. Khi các nền văn hóa bắt đầu mở rộng kiến thức vượt quá những kỹ năng cơ bản về giao tiếp, đổi chác, kiếm ăn, thực hành tôn giáo, v.v..., giáo dục trở thành tổ chức có hệ thống qui củ.

Ở phương Tây, triết học Hy Lạp cổ đại ra đời vào thế kỷ VI TCN. Plato và học trò của mình là Aristotle, đã giúp đặt nền móng cho triết học phương Tây và cho khoa học. Ở phương Đông, Khổng Tử (551–479 TCN) là triết gia có ảnh hưởng nhất đến đường lối giáo dục của Trung Quốc và các nước láng giềng như Triều Tiên, Việt Nam, và Nhật Bản. Tập "Luận ngữ", một tác phẩm của ông được các môn đệ ghi chép lại, tiếp tục có ảnh hưởng đến giáo dục ở phương Đông, cả trong thời hiện đại. Tại Ấn Độ cổ đại, nhiều trung tâm học tập bậc cao của Phật giáo đã được thiết lập và phát triển rực rỡ như Takṣaśilā, Nālandā, Vikramaśīla, và Puspagiri. Ở Tây Âu, sau sự sụp đổ của Rome, Giáo hội Công giáo nổi lên như một lực lượng thống nhất có thẩm quyền về giáo dục theo Ki-tô giáo. Khởi đầu là nhà thờ thiết lập các trường học (thời kỳ tiền Trung cổ) như những trung tâm giáo dục bậc cao. Một số những trường này sau phát triển thành những viện đại học thời Trung cổ và là tiền thân của những viện đại học châu Âu hiện đại.

Ngày nay, điều 13 của Công ước Quốc tế về các Quyền Kinh tế, Xã hội và Văn hóa (1966) của Liên Hiệp Quốc công nhận **quyền giáo dục của tất cả mọi người** (Everyone has the **right** to **Education**). Mặc dù ở hầu hết các nước, giáo dục có tính chất bắt buộc cho đến một độ tuổi nhất định, nhưng việc học ở trường thường không bắt buộc; một số ít các bậc cha mẹ chọn cho con cái học ở nhà, học trực tuyến, hay những hình thức tương tự. Do sự phổ cập giáo dục, cộng với sự tăng trưởng dân số, UNESCO ước tính rằng trong 30 năm tới, số người nhận được giáo dục chính quy sẽ nhiều hơn tổng số người từng đi học trong toàn bộ lịch sử loài người. Đây là một tin vui, nhưng ở một mặt khác, viễn ảnh của nền giáo dục toàn cầu, nói chung, đang trên đà suy thoái tới mức báo động! Nguyên nhân nào đã dẫn đến tình trạng tụt hậu này?

Mục tiêu của giáo dục, nói chung, là đào tạo và hoàn thiện con người cả về mặt kiến thức (trí tuệ) và nhân cách (đạo đức). Những con người có đầy đủ tài và đức sẽ đáp ứng được những nhu cầu sinh tồn và phát triển của xã hội về mọi mặt: kiến thức, văn hoá, kinh tế, khoa học và tâm linh, v..v... Giáo dục được coi là thành công khi những khơi gợi, thay đổi và phát triển đóng góp vào sự tiến bộ về cả hai mặt vật chất và tinh thần của loài người theo hướng tích cực - **hướng thiện**. Điều này có nghĩa là *sự thành tựu của khoa học phải đi đôi với sự phát triển tâm linh.* Giáo dục đúng nghĩa sẽ giúp con người đạt được những điều tốt lành và hạnh phúc trong cuộc sống.

Tiếc thay, mỗi quốc gia lại qui định những chính sách và mục tiêu giáo dục theo những tiêu chuẩn không đồng nhất và đôi khi dẫn đến sự chống đối, gây những bất ổn đáng tiếc! Giáo dục chỉ đạo (độc quyền) và giáo dục khai phóng (tự do) là một thí dụ điển hình về sự khác biệt này.

Việt Nam, hiện nay, theo định chế "xã hội chủ nghĩa", đảng Cộng sản nắm độc quyền lãnh đạo đất nước. Đảng chủ trương **giáo dục phải phục vụ chính trị**, phục vụ cho nền vô sản chuyên chính, phải đào tạo ra những người trung thành với nó, không được nghĩ khác, không được làm khác. Giáo dục phục vụ chính trị được thể hiện ở chỗ Bộ Giáo dục đặt dưới sự chỉ đạo và giám sát của Ban Tuyên huấn, phải dạy những môn do Tuyên huấn áp đặt nội dung. Phải tổ chức thầy và trò vào trong những đoàn thể do Đảng kiểm soát và khống chế. Phải làm một việc lợi ít hại nhiều, gây ra lắm thảm họa là "phong trào thi đua". Chính vì cần thành tích thi đua để báo cáo, để được tuyên dương mà sinh ra bao sự dối trá. Thầy trò lừa dối lẫn nhau rồi cùng nhau lừa dối gia đình và xã hội.

Theo báo Đời Sống & Pháp Luật (1918) đưa tin *"Em cầm T. ở Hà Tĩnh dù học lớp 3 nhưng không đọc được chữ"*. Cũng báo này (2021) cho biết *"em Trần Đức T. học sinh lớp 4B trường Tiểu học Cổ Đạm, huyện Nghi Xuân (Hà Tĩnh) chưa đọc thông, viết thạo"*. Tới nay (2023) tệ nạn học sinh kém bị đẩy lên lớp để đạt thành tích cho trường trở nên "chuyện hàng ngày". Bà Văn Thùy Dương, Phó Hiệu trưởng Trường Lương Thế Vinh (Hà Nội) cho hay, những câu chuyện trên không còn cá biệt nữa. Thầy Nguyễn Quang Tùng, một hiệu trưởng trường liên cấp tại Hà Nội cho rằng, để một học sinh không đọc thông, viết thạo lên lớp là một tội ác, thậm chí là bạo lực tinh thần khủng khiếp cho đứa trẻ. Ông Tùng ngụ ý rằng Bộ Giáo Dục và Đào Tạo (GD&ĐT) đã và đang gây tội ác cho nhiều học sinh **học kém nhưng vẫn bị đưa lên lớp**. Lừa dối để được khen thưởng là chủ yếu. Mọi người biết rõ sự lừa dối, nhưng đều vui vẻ chấp nhận. Trường học mà đưa dối trá thành sách lược để tồn tại thì còn gì là giáo dục!

Chủ nghĩa cộng sản (còn gọi là chủ nghĩa Mac-Lênin) dựa trên nền tảng triết học duy vật, đề cao vài trò của vật chất, cho rằng vật chất có trước, quyết định ý thức và hạ tầng cơ sở quyết đinh thượng tầng kiến trúc. Về lao động, chủ nghĩa CS đề cao lao động tay chân mà coi nhẹ lao động trí óc. Với nhận thức như vậy, người ta xem nhẹ vai trò, chức năng của giáo dục. Lại thêm lãnh đạo cộng sản coi thường các phẩm chất đạo đức nhân văn như tình yêu thương và tôn trọng con người, nhân nghĩa, trung tín, liêm sĩ v.v…Họ chỉ đề cao "đạo đức cách mạng" như giữ vững lập trường giai cấp vô sản, tuyệt đối trung thành với chủ nghĩa CS (thực chất là trung thành với người cầm đầu Đảng Cộng sản), tuyệt đối phục tùng kỷ luật của đảng. *"Theo cộng sản thì sống, chống cộng sản thì chết"* là qui luật tất yếu, bất khả tranh cãi.

Về mặt giáo dục, nhà nước cộng sản chủ trương: "Giáo dục bên cạnh việc góp phần phát triển kinh tế – xã hội còn là nền tảng để bảo vệ **chế độ chính trị** của mỗi quốc gia". Do đó, "**Hồng hơn chuyên**" được coi là khuôn vàng thước ngọc để đo giá trị trong thang bậc xã hội. Điều này có nghĩa là: *người* có đảng tịch được ưu tiên hơn người chuyên nghiệp, ngay cả khi xin việc, hay ghi danh đại học, cả việc đề cử người vào các vị trí lãnh đạo đất nước. Phương châm đào tạo chỉ huy trong quân đội là: "tiểu tư sản mười năm đề bạt một cấp là nhanh, bần cố nông đề bạt một năm một lần là chậm". Đó "chính là phát triển chỉ thị của Mao Chủ tịch: "nhất cùng nhị bạch", quần chúng nghèo khổ nhất, vô học nhất nên cách mạng nhất và đảng phải dựa vào hơn cả" (Trích dẫn "Đèn Cù" của Trần Đĩnh) . Chủ nghĩa lý lịch đã đưa cả nước xuống hố vì nhân tài bị trù dập, cán ngố lên ngôi. Nhân dân, *người làm chủ đất nước* (sic) chỉ còn biết thở dài.

Đã bao giờ đất nước
Đáng buồn như hôm nay?
Đạo đức và văn hóa
Đang xuống cấp từng ngày.

Nhìn đâu cũng giả dối.
Nhìn đâu cũng bất công.
Nhìn đâu cũng tham nhũng.
Nhìn đâu cũng đau lòng.

Thằng ngu dốt, hèn hạ
Luồn lọt lên nắm quyền,
Ức hiếp dân lương thiện,
Công khai vơ vét tiền.
...
Nước ta giờ thế đấy.
Thế đấy giờ nước ta.
Ai là người yêu nước
Không thấy buồn, xót xa…

*(Nguồn: **Đất nước ta** -Thái Bá Tân)*

Buồn thay, hệ thống giáo dục tại Việt Nam hiện nay đang trong tình trạng thoái trào, xuống cấp. Hậu quả là:

1. **Tệ nạn bằng cấp giả**

Tại sao bằng giả có đất sống? Vì hiện nay tấm bằng là nấc thang để trèo lên danh vọng... Có 2 loại bằng giả: Một là không học mua bằng làm giả, cái này có ưu điểm có ngay không mất thời gian. Hai là ghi tên, đóng tiền học hàm thụ, mua thầy chạy điểm, cách này hơi lâu nhưng chắc ăn. Học viên chỉ cần ghi danh, đóng học phí và theo hết học kỳ là bảo đảm được lãnh bằng. Tệ hơn nữa là nạn học giùm và thuê người làm bài giùm! Xin dẫn chứng: quảng cáo "Viết thuê luận văn thạc sĩ" công khai trên trang mạng của "Trí Thức Cộng Đồng", nguyên văn như sau: *"Hiện tại, **Tri Thức Cộng Đồng** đang cung cấp dịch vụ **viết thuê luận văn thạc sĩ** Hà Nội, HCM,... và viết luận văn, luận án, khóa luận hỗ trợ cho bạn với mọi chuyên ngành học chuyên nghiệp nhất thị trường. Nếu bạn không có thời gian hoàn thành bài luận, hãy liên hệ ngay cho chúng tôi nhé!".* Trâng tráo đến thế thì còn gì là liêm sỉ, còn đâu là tinh thần thượng tôn pháp luật. Vậy mà "Đảng ta" vẫn ra rả ca tụng tính ưu việt của chủ nghĩa Cộng Sản bách thắng!

2. **Tệ nạn Phân biệt đối xử**

Lãnh đạo CSVN cho rằng học tập là một quyền lợi có thể đem ban phát như phát gạo, phát tiền. Vì hiểu như thế nên trong nhiều năm người ta bãi bỏ việc thi vào đại học. Việc cho ai vào trường nào, cũng như cho ai đi học nước nào là quyền của Ban tuyển sinh, dựa vào lý lịch 3 đời để duyệt xét ai được vào đại học, ai được vào học những trường chuyên nghiệp như trường đào tạo cán bộ công an, quân đội, ngoại giao, v..v...hoặc ai được quyền du học nước ngoài. Phải chăng vì thế mới có việc Quốc hội thông qua "điểm ưu tiên" khi thi tuyển sinh, tức là những thí sinh được Đảng chiếu cố (như Đảng viên hoặc con cháu Đảng viên) được cho thêm "điểm vớt" để có đủ điểm trúng tuyển (mà đúng ra họ đã bị loại). Trong khi đó, nhiệm vụ chính của giáo dục là đào tạo nên những con người có đầy đủ kiến thức, có bản lĩnh, biết sáng tạo, những con người có khả năng thúc đẩy thế giới phát triển. Việc tuyển dụng và đề bạt cán bộ và nhân sự lãnh đạo trong các cơ quan nhà nước nhất nhất tuân theo đường lối và quy hoạch của Đảng CS, dựa trên tiêu chuẩn chính trị: cán bộ lãnh đạo phải là đảng viên và tuyệt đối trung thành với "Đảng". Theo quy hoạch đó dễ tìm được bọn cơ hội, thiếu liêm sỉ, lắm mưu mô mà bất tài; rất khó mà chọn được người tài năng, liêm khiết và trung thực.

3. **Những tệ nạn xã hội khác**

Chính sách giáo dục "khuyết tật" kể trên đã dẫn đến những hậu quả xã hội vô cùng tai hại, như: nạn tham ô, lãng phí, cửa quyền, độc đảng dẫn tới độc quyền, nạn con ông cháu cha thi cử được nâng điểm và đội ngũ giáo viên thiếu phẩm chất do chính sách bần cùng hoá đội ngũ giáo viên. Học trò không còn kính trọng thày cô. *"Học trò luôn phải làm hài lòng cha mẹ bằng điểm số, làm vui lòng thầy cô bằng những hộp quà, những cái phong bì do bố mẹ chuẩn bị. Và nó thừa biết những hành động đó không hề xuất phát từ lòng kính trọng, yêu thương, mà nó là một thủ tục để được yên thân. Tự trong lòng nó sẽ hình thành thói dối trá, xạo láo, nịnh bợ. Và tất nhiên Những thói quen này tạo thành tính cách. Những tính cách này lâu ngày lại thể hiện qua lời nói, hành động và nét mặt" (Face book-Mai Thị Mùi)*

Không chỉ trong thi cử, các vấn đề liên quan đến nội dung, chất lượng của các chương trình đào tạo ở tất cả các bậc học; từ "học giả, bằng thật" đến mua bán điểm, mua bán bằng cấp; từ học thuê thi mướn đến các "lò ấp" tiến sĩ, công nhận học hàm giáo sư, phó giáo sư; từ tuyển dụng đến chất lượng đội ngũ giáo viên … vẫn luôn gây nhức nhối với không chỉ ngành giáo dục mà với toàn xã hội.

Theo GS Hoàng Tụy, nhà toán học số 1 của Việt Nam và là Trưởng ban tứ thư: *"Bản chất của giáo dục là trung thực và sáng tạo. Nhưng sáng tạo thế nào khi mà mọi thứ đều phải theo một lề lối, khuôn phép đã quy định sẵn, gần như bất di bất dịch từ mấy chục năm - giữa một thế giới thường xuyên biến động. Rồi trung thực thế nào được khi mà người ta hàng ngày phải sống trong một môi trường giả dối mà minh chứng rõ nhất là tiền lương công chức. Chẳng ai sống nổi bằng lương nhưng rồi ai cũng sống đàng hoàng, dư giả".* Những tệ nạn xã hội này, mọi người đều biết, chỉ là những phó sản tất nhiên của nền giáo dục độc tài, chuyên chính và giáo điều. *Ông kết luận: "Giáo dục của ta không chỉ lạc hậu mà nguy hiểm hơn, nó đang đi lạc hướng, ra xa con đường chung của nhân loại, đang phát triển lạc điệu với thế giới văn minh".*

Trước viễn ảnh đen tối của ngành giáo dục ngày càng suy đồi rất nhiều thức giả đã can đảm lên tiếng báo động qua các hội thảo giáo dục, diễn thuyết, tham luận... chỉ rõ những khiếm khuyết cơ bản về tình trạng giáo dục hiện tại. Xin tạm kể một số chủ đề tham luận được phổ biến trên mạng xã hội: "Khi nền giáo dục lâm nguy", "Giáo dục Việt Nam nỗi đau nhiều kiếp chưa tan", "Ngành giáo dục cao quí, nay trở thành ngành ăn mày xã hội", "Truyền thống đánh trống bỏ dùi của nền giáo dục ngu dân của Việt Nam", v..v...Đã hẳn là có những bài viết phản bác lại những nhận định, phê phán kể trên, nhưng phần lớn rỗng tuếch, không mang tính thuyết phục mà chỉ là những luận điệu chụp mũ, "cả vú lấp miệng em", doạ nạt, gán cho họ là bọn phản động, lũ xét lại hoặc là tay sai đế quốc, diễn biến hoà bình, v..v...

Nhưng dù biện bác cách nào, lãnh đạo CS cũng không thể che dấu được sự thật nên ngày 4/11/2013, Tổng Bí thư Nguyễn Phú Trọng đã phải ký ban hành Nghị quyết số 29-NQ/TW tại Hội nghị Ban Chấp hành Trung ương khóa XI về đổi mới căn bản, toàn diện Giáo dục và Đào tạo. Nghị quyết này tuy có nêu ra một biện pháp chấn chỉnh nhưng nhưng chỉ là những biện pháp phụ, còn hai điều kiện quan trọng nhất lại thiếu. Đó là thể chế chính trị dân chủ, công bằng và một đội ngũ giáo viên có năng lực.

Thứ nhất, giáo dục cần thoát ra khỏi sự kềm kẹp của chính trị. Đây là điều kiện tiên quyết. Giáo dục gắn liền với mọi hoạt động của xã hội. Khi xã hội bị kìm kẹp bởi nền độc tài toàn trị, tham nhũng và dối trá tràn lan, giáo dục trở thành công cụ phục vụ cho chế độ, đúng ra là phục vụ cho những kẻ cầm quyền. Giải thích về điểm cốt lõi gây ra những tiêu cực Giáo dục, Giáo sư Phạm Minh Hoàng dẫn chứng Khoản 1 Điều 3 trong Luật Giáo Dục Việt Nam 2005 quy định "Nền giáo dục Việt Nam là nền giáo dục xã hội chủ nghĩa có tính nhân dân, dân tộc, khoa học, hiện đại, lấy **chủ nghĩa Mác - Lênin và tư tưởng Hồ Chí Minh làm nền tảng**." và ông nhấn mạnh: "*Tất cả những cái đó tôi chung quy vào một mối thôi, đó là cơ chế của đất nước chúng ta như thế. Một khi chúng ta không giải quyết được cơ chế mà để ý thức hệ ràng buộc, 'vòng kim cô' trên đầu thì chúng ta đừng nghĩ gì xa hơn*".

Thứ hai, lãnh đạo cao cấp nhà nước lại coi thường giáo dục, một mặt không chịu đầu tư vào việc đào tạo đội ngũ giáo viên có năng lực, biến dạy học là nghề cao quý thành phương tiện kiếm cơm. Hơn nữa, vì để tuyên truyền sự ưu việt của chế độ nên đã chủ trương mở rộng giáo dục quá khả năng đáp ứng của kinh tế, buộc phải hạ thấp lương giáo viên, đẩy họ lâm vào cuộc sống bần cùng. Giáo viên phải xoay sở mở lớp học thêm để kiếm tiền, do đó sinh tệ nạn: dạy lớp qua loa, dậy nhà là chính. Chính vì sự bần cùng hóa đội ngũ giáo viên mà làm phát sinh nhiều tiêu cực trong giáo dục, kéo dài nhiều năm. Nhà báo Thái Hạo cho rằng: "*Dứt khoát phải làm một cuộc tổng vệ sinh. Việc trước mắt và đầu đầu tiên là ngăn chặn nạn thu tiền như trấn lột trong nhà trường và cấm hẳn tình trạng dạy thêm bát nháo hiện nay. Tiếp đó là thiết lập lại trách nhiệm của mỗi bên: nhà nước lo tiền, nhà trường lo dạy, nhà dân lo làm ăn đóng thuế. Nếu còn lẫn lộn, để nhà trường phải lăn ra kiếm tiền thì không một nền giáo dục tử tế nào sẽ được khai sinh*".

o O o

Nói cho ngay, nếu giáo dục dưới chế độ cộng sản, bản chất là độc tài toàn trị, chủ trương phân biệt giai cấp, phạm nhiều sai trái, gây ra những bất ổn cho xã hội thì giáo dục theo thể chế dân chủ chưa hẳn là hoàn chỉnh, chưa đáp ứng được kỳ vọng của con người về một nền giáo dục toàn diện (trí tuệ và đạo đức), cân bằng (vật chất và tinh thần) và đầy đủ phẩm chất (lương thiện).

Tóm gọn, nền giáo dục hiện đại của các quốc gia theo thể chế tự do đặt trọng tâm vào phát triển khoa học và kỹ thuật nhằm khuếch trương kinh tế, theo chủ trương "dân giàu nước mạnh" hơn là phát triển về mặt đạo đức, tâm linh thuộc lãnh vực tinh thần. Điển hình là Hoa Kỳ được đánh giá là thuộc đẳng cấp số 1 thế giới về sự hùng mạnh cuả kinh tế, khoa học và công nghiệp. Hoa Kỳ sở hữu nhiều bằng sáng chế về những ứng dụng khoa học, kỹ thuật hiện đại nhất hiện nay. Vậy mà việc xếp loại các quốc gia được coi là **đáng sống nhất** trên thế giới năm 2023, Hoa Kỳ xếp thứ 4 sau Thuỵ sĩ, Đức và Canada, tăng hai bậc so với năm 2023, hạng 6. (US News and World Report, 2023). Nếu xếp loại theo tiêu chuẩn quốc gia có **hạnh phúc nhất** trên thế giới, Hoa kỳ tụt xuống hạng 16! Có thể là vì thời gian gần đây có những biến động trong tiến trình bầu cử chưa từng có, đại dịch gây số tử vong cao nhất trên thế giới, tình trạng xã hội nhiễu nhương vì vấn đề kỳ thị chủng tộc, và cũng là nơi có số người chết vì súng đạn nhiều nhất trên thế giới.

Việc tìm kiếm một mô hình giáo dục điển hình (thích hợp với mọi quốc gia trên thế giới) chỉ là ước mơ, vô phương thực hiện! Cơ bản là vì sự khác biệt giữa các quốc gia về: cấu trúc xã hội (sắc tộc, văn hoá, tín ngưỡng, dân trí), địa dư (đất đai, phong thổ, khí hậu, tài nguyên), và còn vô số những dị biệt khác, kể không hết.

Nếu dựa vào sự thành tựu của giáo dục về cả hai mặt: dân sinh (hạnh phúc) và dân trí (văn minh) của một quốc gia, chúng ta có thể đánh giá, học hỏi, rút tỉa kinh nghiệm từ mô hình giáo dục đó để chấn chỉnh hoặc xây dựng hệ thống giáo dục đáp ứng với hoàn cảnh thực tiễn của quốc gia mình. Một số, khá nhiều, các học giả, nhà nghiên cứu giáo dục đã đánh giá cao mô hình giáo dục của Nhật Bản. Nền giáo dục dựa trên lòng tự hào dân tộc, tính kỷ luật và đạo đức của toàn thể xã hội. Vậy điều gì làm nên những điểm đặc biệt trong giáo dục Nhật Bản?

Trước tiên, chúng ta cần tìm hiểu những tiêu chuẩn của Giáo dục Nhật Bản. Ông KAJITA EIICHI - Phó chủ nhiệm Ủy ban Cải cách Giáo dục Nhật Bản, Viện trưởng Đại Học Sư Phạm Hyogo tóm tắt 4 mục đích giáo dục cơ bản Nhật Bản là:

- Xây dựng cái "Tâm", nghĩa là hình thành mẫu người có tâm phục vụ tốt xã hội, biết tôn trọng người khác, biết giữ gìn các qui định chung của xã hội.
- Nâng cao năng lực sử dụng quốc ngữ thật chuẩn để qua đó hiểu những tư duy lý luận của khoa học nhân văn và tự nhiên, biết cách diễn đạt suy nghĩ của mình và tiếp thu suy nghĩ của người khác để trở thành người làm chủ xã hội.
- Nâng cao trình độ khoa học tự nhiên, đào tạo những con người công nghiệp khoa học kỹ thuật xây dựng đất nước Nhật Bản trong điều kiện nghèo nàn về tài nguyên thiên nhiên.
- Giáo dục truyền thống văn hóa Nhật Bản cho thế hệ trẻ. Phương châm của Nhật Bản là *"Khoa học Phương Tây, Tâm hồn Nhật Bản"*.

Tóm lược Nội dung chính của Giáo dục Nhật Bản như sau:

1. Đạo đức là giá trị cốt lõi;
2. Tạo suy nghĩ "tự lập" cho trẻ ngay từ khi còn nhỏ;
3. Không áp lực thi cử;
4. Học làm người trước khi học để lấy kiến thức.
5. Chăm học và tôn trọng kỷ luật.

Đạo đức là giá trị cốt lõi được coi là trọng điểm của Giáo dục Nhật Bản. Trong giáo dục của Nhật Bản, điều quan trọng hàng đầu mà mỗi giáo viên phải giáo dục cho các học sinh của mình đó chính là đạo đức. Tư tưởng của người Nhật coi đạo đức là giá trị cốt lõi mà một học sinh phải biết đến đầu tiên. Sau trận động đất khủng khiếp năm 2011, toàn thế giới phải hâm mộ nhân phẩm đạo đức cũng như tinh thần dân tộc của người Nhật. Trong các buổi phát lương thực tiếp tế họ xếp hàng nhận đồ, không hề chen lấn xô đẩy hay tranh giành cướp giật đồ của nhau. Trái lại, họ còn nhường nhịn lẫn nhau và kiên nhẫn chờ đợi đến lượt của mình. Chỉ những dân tộc coi đạo đức là nền tảng văn hóa truyền thống thì mới làm nên những kỳ tích như vậy.

Thạc sĩ Toán Hoàng Xuân Hãn (1908–1996) - Bộ trưởng Giáo dục và Mỹ nghệ trong chính phủ Trần Trọng Kim.
Ông là người soạn thảo và ban hành Chương trình Trung học Việt Nam đầu tiên.

Tại Việt Nam, dưới thời chính phủ Trần Trọng Kim, giáo dục Việt Nam cũng tương tự, không hề thua kém Nhật Bản. Nguyên tắc căn bản của nền giáo dục là nhân bản, dân tộc và khai phóng. Khi ấy, Giáo sư Hoàng Xuân Hãn, Bộ Trưởng Giáo Dục đã soạn thảo và cho áp dụng chương trình giáo dục nhắm mục đích đào tạo học sinh thành những công dân có đủ tài và đức. Đức trước tài sau, theo châm ngôn: *"Tiên học lễ, hậu học văn"*. Đạo đức được coi là trọng điểm Giáo dục từ Tiểu học đến Trung học. Các thầy cô đã nỗ lực, hết lòng chỉ bảo, uốn nắn các em học sinh **nên người**. Sách" Luân lý Giáo Khoa Thư" được dạy từ lớp Đồng Ấu (lớp vỡ lòng). Ở bậc Trung học, học sinh được dạy môn "Công Dân Giáo Dục" và khoa học thường thức. Học sinh Tiểu và Trung học đều phải tập thể dục hàng tuần tại trường và học sinh Trung học phải thi thể dục để lấy bằng. Nghề dạy học được coi là cao quý. Học trò biết giữ lễ (tôn sư trọng đạo).

VIỆT-NAM TIỂU-HỌC TÙNG THƯ

LUÂN-LÝ
GIÁO-KHOA THƯ

Phụ thêm
Chính-trị — Phong-tục — Đơn-từ, thư-khế

LỚP SƠ-ĐẲNG

In lần thứ ba

NHA HỌC-CHÍNH ĐÔNG-PHÁP
XUẤT-BẢN
1927

Như thế, Giáo dục Giáo dục Việt Nam, vào thời đó, đã tổng hợp hài hoà cả 3 lãnh vực "Trí, Đức và Thể dục". Tiếc thay, vận nước suy đồi. Đảng CS cướp được chính quyền, trái đạo đức (chủ trương đấu tranh giai cấp - khuyến khích trò tố thầy, con tố cha, tớ tố chủ, gây chia rẽ trong gia đình, trường học và xã hội); phản khoa học (chủ nghĩa lý lịch, bần cố nông lên ngôi, trí thức bị coi như cục phân, cặn bã của xã hội).

Tạm kết

Dù không có sự đồng thuận về mô hình kiểu mẫu chung cho mọi quốc gia, những ai quan tâm đến cải cách giáo dục có thể đồng ý về một số nguyên tắc tiêu chuẩn có giá trị phổ quát, dựa trên căn bản quyền con người được ghi rõ trong bản *"Tuyên Ngôn Quốc Tế Nhân Quyền"* của Liên Hợp Quốc. Hai nguyên tắc tiêu chuẩn của giáo dục là:

Thứ nhất là: **giáo dục tự do**. Cá nhân được tự do chọn lựa ngành học, và môn học theo sở thích, khả năng và hoàn cảnh của mỗi người.

Thứ hai là: **Giáo dục toàn diện** gồm cả hai mặt:

1. *Kiến thức* hay còn gọi là tri thức (knowledge): Khoa học, kỹ thuật, công nghiệp... thuộc phạm trù kiến thức.
2. *Giáo dục nhân cách* (personality) là quá trình học hỏi những thái độ, niềm tin và hành vi phản ánh các giá trị đạo đức phổ quát như: ý thức trách nhiệm xã hội và đạo đức, tôn trọng các nền văn hóa và truyền thống khác, duy trì hòa bình và hòa hợp; và tôn trọng sự sống của muôn loài. Nhân cách thuộc phạm trù đạo đức.

Phải nói ngay, bài viết này không có chủ ý hoặc tham vọng trình bầy một mô hình giáo dục kiểu mẫu nào, chỉ gióng lên tiếng chuông báo động về một nền giáo dục đương đại, chỉ nhằm đem lại một đời sống no ấm và đầy đủ tiện nghi cho con người và không coi trọng đúng mức việc phát triển những giá trị đạo đức và tâm linh. Đúng ra, vai trò của giáo dục, trước hết, là đào luyện con người có nhân cách (đạo đức) và hiểu biết (kiến thức) để tự hoàn thiện và giúp cho xã hội thăng tiến và văn minh. Giáo dục có liên hệ chặt chẽ với văn hoá và văn minh.

Hiện tại, chúng ta đang chứng kiến sự biến đổi khí hậu toàn cầu tiếp tục gây ra những thiên tai cho toàn thế giới, nguyên nhân là do con người vì tham lam, ích kỷ, vô trách nhiệm đã phá rừng, gây ô nhiễm khí hậu, đất đai và nguồn nước... Không còn ngờ gì nữa, thế giới đang trên bờ vực thẳm. Trước những tai hoạ có thể dẫn đến sự tồn vong của mọi loài trên quả đất này và nhất là thảm hoạ do chiến tranh hạt nhân có thể nổ ra bất cứ lúc nào, chúng ta phải làm gì?

Giáo dục có sức mạnh chuyển hoá tâm thức con người và thăng hoa đời sống. Giáo dục **hướng thượng** phải khởi đầu từ mỗi cá nhân, mỗi gia đình, mỗi cộng đồng, mỗi quốc gia và rồi là toàn thế giới. Chỉ có nỗ lực chung của mọi người, của cả tập thể nhân loại mới mong kiến tạo một thế giới hoà bình, công bằng và thương yêu, chúng ta và đám hậu bối mới hy vọng được sống trong *thiên đàng nơi hạ giới.* Đây là cơ hội cuối cùng!

Trịnh Vũ Điệp (Nguyễn Trãi 50-54)

NHỚ BẠN CÙNG KHÓA

Vì non sông mình bỏ sách đèn
Cùng nhau chung nhịp bước chinh nhân
Đi cho đất mẹ xanh màu lúa
Bảo vệ quê hương chống bạo quyền.

Vui đời quân ngũ có nhiều tên
Mặt mũi còn nguyên nét thư sinh
Làm sao biết được ngày mai sẽ
Lao vào ranh giới của tử sinh.

9 tháng quân trường cùng tập luyện
Trước lạ sau này ta thân nhau
Quê hương mày mãi vùng hỏa tuyến
Mày nói mai sau chọn tuyến đầu.

Thấm thoát rồi tới ngày mãn khóa
Gắn lon chuẩn úy trên cầu vai
Tổ quốc danh dự và trách nhiệm
Từ nay gánh vác trọn đời trai.

Mãn khóa xong vui tiệc chia tay
Mày ra đơn vị được mươi ngày
Được tin mày đã thành tử sĩ
Thương mày tao khóc lệ vơi đầy!

Dẫu biết phận trai mày đã trọn
Xác thân dâng hết cho non sông
Tao nay nơi tuyến đầu ngăn giặc
Nhớ câu chinh chiến mấy ai còn*

*Túy ngọa sa trường quân mạc tiếu
Cổ lai chinh chiến kỷ nhân hồi

Lương Châu Từ
Ngọc Trân K 4/70
bạn mất 1971

Tình Muộn

Hoàng Nguyên Linh

(*) Trích trong tập truyện "Mẹ Và Những Mùa Xuân" của Hoàng Nguyên Linh.

Nơi tôi dạy ngày trước là một trường nữ trung học nổi tiếng ở Thủ Đô. Thành phần ban giảng huấn đa số là phái nữ, nam giáo sư chỉ có vài vị. Hôm khai giảng năm đó có một nam giáo sư mới đổi về và hiện diện trong cuộc họp đầu tiên của hội đồng giáo sư. Bà hiệu trưởng giới thiệu chàng với mọi người. Đôn đứng lên cúi đầu chào. Hội đồng giáo sư vỗ tay mừng đón Đôn. Đôn cúi đầu một lần nữa như để cám ơn tràng vỗ tay của các bạn đồng nghiệp rồi mới ngồi xuống. Đôn ngồi bên tôi. Chàng người nhỏ bé, dáng dấp hiền lành và hơi nhút nhát trước trước các nữ đồng nghiệp. Đôn còn rất trẻ, có thể kém tôi chừng 5,6 tuổi, đó là ý nghĩ ban đầu của tôi về chàng. Đôn dạy toán còn tôi dạy môn Việt Văn. Tôi với chàng dạy cùng giờ và những lúc ra chơi Đôn hay đến ngồi bên tôi để nói chuyện. Tôi nghĩ sở dĩ Đôn hay ngồi bên tôi có lẽ vì ngày đầu Đôn đã ngồi bên tôi nên như là một thói quen? Ngày tháng kế tiếp nhau, Đôn vẫn nói chuyện với tôi bình thường nhưng thỉnh thoảng tôi bắt gặp đôi mắt chàng hơi khác lạ. Cái giác quan thứ sáu cho tôi biết là Đôn thích tôi nhưng chàng rất kín đáo theo cái kiểu "yêu trộm nhớ thầm". Tôi đã lập gia đình và có một con. Có lẽ "gái một con trông mòn con mắt" nên chàng thích nói chuyện với tôi ? Nhưng cả Đôn và tôi không ai nói ra điều gì, vậy mà không hiểu tại sao một số đồng nghiệp đã bàn tán về Đôn và tôi, có lẽ họ thấy Đôn hay ngồi nói chuyện với tôi chăng? Khi tôi sinh đứa con thứ ba thì Đôn lấy vợ, thế là bao nhiêu đồn đãi, xầm xì Đôn mê tôi được dẹp tắt. Ngày đám cưới của Đôn đa số đồng nghiệp trong trường đều đến dự, nhưng tôi chỉ gửi quà mừng và không tới. Tôi vất vả với 3 đứa con, không đi đâu được, còn chồng tôi từ ngày tôi sanh đứa con thứ hai thì không bao giờ đi chung với tôi nữa. Tôi không muốn nghe người ta hỏi "Anh đâu hở chị ?" hoặc "Anh có đi không ?". Tôi không thích mọi người biết cái thiếu hạnh phúc của tôi… Tôi với chồng tôi luôn khác ý nhau, tôi cố gắng giữ gìn cho gia đình khỏi đổ vỡ và các con tôi khỏi buồn. Rồi tôi sinh đứa con thứ 4, thứ 5 và thứ 6, mỗi đứa chỉ cách nhau chưa đầy 18 tháng. Trong khi đó thì chồng tôi không để ý đến nỗi vất vả của tôi phải chăm sóc 6 đứa con. Chồng tôi hay tìm cách gây gổ với tôi, đôi khi còn dùng thói vũ phu để đánh tôi nữa. Tôi cố gắng chịu đựng vì thời đó đâu mấy ai ly dị chồng, nhất là nghề "cô giáo" càng không cho phép tôi làm điều đó. Hình như chồng tôi đã có vợ hai và đã có con với người này. Tôi vì quá chán nản nên chẳng cần tìm hiểu và cũng chẳng ghen tuông làm gì, tôi chỉ mong sao cho chóng thoát ra khỏi cảnh này. Rồi một ngày phải đến đã đến, sức chịu đựng của tôi có giới hạn và tôi đã phải đi đến quyết định ly dị chồng. Cái tin tôi ly dị chồng đã làm rung động trường tôi dạy. Tất cả các giáo sư và nhân viên trong trường đều biết chuyện. Họ không hiểu tại sao một cô giáo đã một thời nổi danh là đẹp, có nước da trắng hồng và mịn màng, mái tóc lúc nào cũng óng mượt, đã có 6 mặt con mà còn ly dị chồng. Đa số nhìn tôi không mấy thiện cảm. Họ không hiểu được nỗi khổ của tôi. Họ chỉ nhìn bề ngoài, một nữ giáo sư đẹp, có 6 con chắc là phải có hạnh phúc lắm. Họ nghĩ tôi ly dị chồng là để cặp với một anh chàng nào khác chăng ? Cũng may là Đôn đã lấy vợ nếu không họ sẽ nghi ngờ Đôn với tôi. Tôi rất khổ tâm trước búa rìu của dư luận. Ban đầu tôi cũng buồn lắm, nhưng rồi tôi tự an ủi là tôi sống cho tôi, tôi sống theo lương tâm của tôi, tôi không làm điều gì sai trái với đạo đức. Lấy chồng được hơn 10 năm, tôi đã cố gắng chịu đựng để khỏi mang tiếng xấu, có hại cho thanh danh của tôi, thanh danh của một nữ gíao sư, nhưng tôi không còn con đường nào khác hơn nên đành phải đi đến quyết định ly dị chồng.

Từ khi ly dị, chồng tôi không ngó ngàng gì tới các con. Tòa án chỉ ra lệnh trừ một phần lương của chồng để chu cấp cho các con. Đời sống kinh tế thật vất vả. Tôi phải xin đi làm thêm việc thứ hai. Nhờ có kiến thức ngoại ngữ nên tôi xin được việc làm bán thời gian cho môt hãng thầu ngoại quốc. Các giờ dạy của tôi được xếp vào buổi sáng nên nguyên buổi chiều tôi đã đi làm thêm và mướn người trông coi các con và chợ búa, cơm nước, tối về tôi kèm các con học bài. Tôi sống trong cô đơn nhưng được tự do và từ nay không bị người chồng quấy rầy nữa. Cuộc sống của tôi cứ thế trôi đi, các con tôi khôn lớn dần và học hành rất chăm chỉ. Họ hàng rồi đến bạn bè bắt đầu nể nang tôi và khâm phục tôi là người đảm đang. Thời gian này tôi ít gặp Đôn vì tôi với chàng dạy khác giờ nhau và mỗi người có một cuộc sống riêng…

Biến cố tháng Tư năm 1975 xẩy ra, bẩy mẹ con tôi được hãng thầu Mỹ cho đi định cư tại Hoa Kỳ. Chính người xếp chở chúng tôi vào phi trường Tân Sơn Nhất rồi đưa lên máy bay C130 cùng với một số đồng bào Việt Nam khác. Máy bay tới thẳng đảo Guam ở Thái Bình Dương, hai tuần lễ sau mấy mẹ con tôi tới trại Fort Chaffee thuộc tiểu bang Arkansas miền trung nước Mỹ. Fort Chaffee là một căn cứ cũ của quân đội Mỹ cũng giống như trại Campleton ở California do chính phủ Mỹ dùng cho những người tỵ nạn tạm trú. Chúng tôi ở trại Fort Chaffee hơn một tháng thì được nhà thờ Peace Lutheran Church ở St. Louis thuộc tiểu bang Missouri bảo trợ. Hội viên nhà thờ luân phiên nhau săn sóc gia đình tôi. Họ đưa tôi đi chợ, đưa các con tôi đi học. Tôi được hội thiện nguyện Lutheran tìm cho một việc làm rất thích hợp với khả năng tôi đó là chương trình giới thiệu văn hoá Á Đông cho học sinh bản xứ. Đầu tiên tôi chỉ cho học trò cách viết của người Việt Nam và người Trung Hoa. Nét đặc biệt của chữ Việt là các dấu sắc, huyền, hỏi, ngã , nặng. Các dấu này mà thay đổi thì ý hoàn toàn khác. Tôi viết lên bảng năm chữ : HAY TRONG CAY VAO CHUA rồi thay đổi các dấu, câu này sẽ trở thành " Hãy trông cậy vào Chúa" hoặc " Hãy trồng cây vào chùa", chữ VO DE sẽ trở thành "vợ đẻ" hay "vỡ đê" vân vân. Về chữ Tàu cũng vậy. Người Tàu hay dùng lối tượng hình để tạo nên chữ viết. Từ hình mặt trời người Tàu có chữ "Nhật", từ chữ "Nhật" thêm đám mây bay qua sẽ thành chữ "Nguyệt", cao hơn "Đại"(lớn) là "Thiên" (trời). Hình hai cánh cửa là chữ "Môn" (cửa), để chữ "Thị" (chợ) vào chữ "môn" thành chữ "Náo" (ồn ào), để chữ "Nguyệt" (mặt trăng) vào chữ "Môn" thành chữ "Nhàn" (nhàn hạ). Tôi liên tưởng tới câu thơ của cụ Nguyễn công Trứ "Thị tại môn tiền náo, Nguyệt lai môn hạ nhàn" (chợ ở trước cửa thì ồn ào, mặt trăng đến trước cửa thì nhàn hạ), nhưng tôi chỉ nghĩ và mơ hồ về ngày xưa trong những giờ dạy Việt Văn chứ không dám nói nhiều sợ học trò không hiểu. Tôi nghĩ đến ngôi trường tôi dạy, nhớ đến bạn cũ, trường xưa, nhớ đến đám học sinh với áo dài trắng, tóc thề xõa bên vai:

" Chìr em tóc xoã bờ vai

Nghiêng nghiêng vành nón chờ ai cổng trường

Gặp em hồn bỗng vấn vương

Thấy em như thấy tình thương thuở nào

Mới nhìn lòng đã xôn xao

Bâng khuâng chưa biết làm sao bây giờ

Nghe đâu tiếng hát vu vơ:

"Cho tôi gửi một bài thơ yêu nàng"

Nhưng rồi không dám bước sang

Ngày ngày đứng đợi xem nàng cười duyên"...

Mấy câu thơ tôi đã đọc trong một tạp chí nào đó bây giờ tôi vẫn còn nhớ. Người ta thích các em, người ta mê các em là phải. Các em học sinh của tôi, không bao giờ tôi quên được hình ảnh các em. Các em bay lượn như bướm, líu lo như chim. Tôi nay phiêu bạt ở phương trời này, tên các em, nét mặt dễ thương của các em như Mặc Lan, Ngọc Lan, Ngọc Hà, Ngọc Huệ, Ngọc Duyên, Kim Oanh, Kim Anh, ... tôi vẫn còn nhớ. Nay tôi đứng ở đây, cũng bảng đen, phấn trắng nhưng thấy xa lạ làm sao. Tôi khẽ thở dài rồi cố gắng quay về với hiện tại... Các lớp tôi dạy, học sinh đều thích thú và nhà trưởng rất toại nguyện về việc làm của tôi nhưng công việc này chỉ có tính cách tạm thời và được ký từng năm một, không có bảo hiểm sức khỏe nên ông hiệu trưởng đề nghị tôi thi lấy bằng hành nghề giáo viên và ông đã hướng dẫn tôi. Ba năm sau tôi trở thành giáo viên chính thức của School District tại St. Louis và hội nhập với đời sống mới. Lâu dần tôi cũng cảm thấy mến trường, mến bạn và thương yêu đám học trò và cũng có những học trò đến thăm tôi, thư từ cho tôi, gửi những thiệp Giáng Sinh, thiệp sinh nhật cho tôi. Trong khi đó các con tôi lần lượt tốt nghiệp đại học, đi làm và ra ở riêng. Hơn 25 năm sau tôi xin về hưu trí. Những giờ rảnh rỗi tôi tham gia làm những việc từ thiện trong nhà thờ như giúp họ điền những giấy tờ, hướng dẫn cách khai thuế cá nhân hoặc đưa đón những người không có phương tiện di chuyển. Tôi cũng bắt đầu liên lạc với hội cựu giáo sư và học sinh nơi trước kia tôi đã dạy ở Việt Nam. Các học trò cũ của tôi hàng năm vẫn tổ chức những cuộc họp mặt bạn bè và mời thầy cô tham dự. Tôi được Mặc Lan, học trò cũ khẩn khoản mời về chơi. Mặc Lan giữ kín không cho biết những ai tham dự và chỉ nói đông lắm, cô đến cô sẽ thấy và Mặc Lan hẹn sẽ đón tôi ở phi trường LAX khi tôi về đến nơi. Ngày ra đi tôi hồi hộp gặp lại bạn bè và học trò. Tôi ra khỏi máy bay và đi qua chỗ thân nhân đứng đợi nhưng không thấy ai đón tôi. Tôi nghĩ có lẽ Mặc Lan bị kẹt xe nên đến trễ. Tôi định đi thẳng đến chỗ lấy hành lý rồi mới gọi điện thoại, bất ngờ tôi gặp Đôn. Chàng chạy lại ôm chầm lấy tôi. Chúng tôi ôm nhau, mừng mừng tủi tủi sau gần 30 năm trời không gặp. Đã lâu lắm rồi tình cảm tôi như đã nguội lạnh, bây giờ tôi mới được một người đàn ông ôm tôi. Vòng tay chàng thật chặt, hình như má chàng cũng chạm vào má tôi. Tôi như sống lại trong thời xuân sắc. Tim tôi rộn ràng, hồi hộp mà tôi tưởng chừng như đã chết từ lâu. Buông tôi ra rồi Đôn mới nói:

- Rất vui mừng gặp lại chị. Sao chị có khỏe không ?

- Cám ơn anh. Tôi cũng thường. Lâu quá rồi anh nhỉ ? Sao may lại gặp anh ở đây.

- Cô học trò tên Mặc Lan cho biết chị đến nên tôi xin ra đón chị.

Tôi xúc động:

- Thì ra anh đi đón tôi. Cám ơn anh nhiều. Tôi lại tưởng anh đi chơi đâu về chứ.

Chúng tôi vừa đi đến chỗ lấy hành lý vừa nói chuyện tiếp:

- Các bạn đồng nghiệp anh có gặp ai không ?

- Tôi có gặp một vài vị nhưng các chị ấy nghiêm trang quá, tôi sợ nên không dám quen thân.

- Sao anh không sợ tôi, anh còn dám ôm tôi nữa ?

- Xin lỗi chị, tôi cũng không hiểu tại sao. Có lẽ tại mừng quá. Ngày xưa ở trong trường tôi cũng chỉ hay nói chuyện với chị thôi mà.

- Không sao đâu. Tôi cũng nghĩ vậy nên để nguyên cho anh ôm và không phản đối. Tôi cũng vui mừng và xúc động lắm khi gặp lại anh.

- Chị biết tính tôi. Lúc đầu tôi không muốn tham gia hội hè gì cả, sau Mặc Lan nói có chị về nên tôi mới tới dự. Tôi xin đi đón chị trước các cô ấy không cho đi, tính bắt bí, tôi phải nằn nỉ mãi mới được đi đón đó.

Nghe Đôn nói tôi thấy chàng vẫn chân tình như ngày xưa nhưng bạo dạn hơn. Tôi mơ hồ như có chuyện gì sắp xẩy ra. Tôi vừa vui lại vừa lo. Tôi bảo Đôn:

- Mải nói chuyện nên quên chưa hỏi thăm anh lúc này ra sao ?

- Bà xã tôi mất cách nay 7 năm rồi. Các con đã lập gia đình và ở riêng. Tôi bây giờ sống một mình…

Sợ Đôn buồn nên tôi không hỏi thêm về gia đình chàng nữa. Đôn giúp tôi lấy hành lý rồi chúng tôi ra xe để về nhà Mặc Lan, học trò cũ của tôi và Đôn.

Trên đường về, cả Đôn và tôi mỗi người như theo đuổi một ý nghĩ riêng. Hình ảnh trường xưa bạn cũ hiện ra nơi tôi. Thời gian qua mau tôi tưởng như mới ngày nào… Xe dừng lại đánh thức tôi trở về với thực tại. Đôn phải khó khăn lắm mới tìm được chỗ đậu xe. Khi chúng tôi vào nhà mọi người đã đông đủ. Tiếng vỗ tay vang lên xen lẫn với tiếng cười. Trong buổi họp mặt hình như chỉ có tôi từ xa đến còn đa số các giáo sư khác đều ở Orange County hoặc Los Angeles County. Các bạn đồng nghiệp và học sinh cám ơn tôi đã đến họp mặt dù đường xá xa xôi. Người vui nhất và săn sóc tôi nhiều nhất là Đôn. Cả học trò và giáo sư thỉnh thoảng cũng xen vào những câu nói đùa tôi với Đôn. Tôi thấy thật vui khi gặp lại đông đủ mọi người. Bao kỷ niệm được gợi lại. Có học sinh đem khoe hình ảnh chụp với thầy cô ngày trước, có em đưa ra khoe cuốn lưu bút ngày xanh, Mặc Lan mang quyển Thông tín bạ ra khoe, có kèm theo lời phê và chữ ký của tôi trong đó: “Học hạnh song toàn, kết quả mỹ mãn”. Tháng trước Mặc Lan có gọi điện thoại cho tôi và nói em rất cảm động và biết ơn tôi về lời phê bình đó. “Lời phê bình này em chỉ có một lần trong đời và em luôn ghi nhớ, chính nhờ lời phê bình đó mà em đã cố gắng sao cho xứng đáng với nhận xét của cô về học vấn và đức hạnh, em đã mang theo cuốn học bạ này sang Mỹ và sẽ giữ mãi trong đời em…”. Những người học sinh Việt Nam có tình như thế, có lòng như thế tôi tin là họ phải thành công trên trường đời. Ngày nay Mặc Lan đã là một nữ bác sĩ nổi danh và nhiều em khác nữa cũng thành công không kém. Bữa tiệc họp mặt kéo dài đến gần nửa đêm mới chấm dứt mặc dù cuộc hành trình khá xa nhưng vì quá vui nên tôi vẫn không thấy mệt. Mặc Lan dành cho tôi phòng riêng và tôi ở lại chơi một tuần. Ngày nào Đôn và học trò cũng luân phiên nhau đến đưa tôi đi chơi.

Đôn và các học trò đề nghị tôi bỏ St. Louis về sống ở California. St. Louis là một thành phố cổ kính, người dân ở đây rất mộ đạo. Nhà thờ san sát trong thành phố, cứ cách mấy con phố lại có một nhà thờ. Ngày Chủ nhật là ngày của Chúa. Chợ và các tiệm lớn đều đóng cửa để mọi người đi lễ nhà thờ. St. Louis mùa Đông rất lạnh và buồn, khó thích hợp với người về hưu trí như tôi. Các con tôi nay đã lớn và ở riêng, nhưng tôi chỉ hứa để về suy nghĩ và bàn lại với các con chứ chưa có quyết định gì cả.

Ngày vui qua mau. Tôi phải trở lại St. Louis. Đôn bịn rịn đưa tiễn tôi tận phi trường. Từ đó tuần nào Đôn cũng gọi điện thoại cho tôi. Rồi một hôm Đôn đến St. Louis thăm tôi và đề nghị tôi về chung sống với chàng. Tôi thật khó nghĩ, không biết tính sao, mấy chục năm nay tôi vẫn sống độc thân được thì nay cứ tiếp tục như vậy đâu có sao. Tôi gọi các con tôi về để giới thiệu Đôn và tôi hỏi ý kiến các con. Tất cả các con đều vui vẻ tán thành nhưng tôi vẫn thấy e ngại vì tôi nay đã lớn tuổi và đã có cháu nội, cháu ngoại. Các con tôi tán thành là một việc nhưng còn người thân và bè bạn nữa. Họ sẽ ngạc nhiên lắm khi một bà giáo có 6 mặt con trước đã ly dị chồng, nay từng này tuổi đầu mà còn tái giá. Làm sao tôi tránh khỏi miệng lưỡi người đời…

Tôi đang chần chừ suy nghĩ thì nhận được thư của con trai lớn từ Washington DC gửi về. Đại ý con trai tôi viết:

Thưa mẹ,

Con đã hỏi ý kiến các em. Nay con viết thư này kính tin mẹ rõ. Tất cả chúng con không những chỉ yêu mẹ mà chúng con còn kính phục mẹ nữa. Một mình mẹ đã đảm đang, nuôi nấng và dạy dỗ chúng con nên người. Mẹ vất vả mà không hề kêu than, mẹ cô đơn mà không hề oán trách. Mẹ cố gắng vươn lên trong mọi tình huống khó khăn. Mẹ là tấm gương cho chúng con noi theo. Chúng con hiểu đời sống tình cảm của mẹ rất cô đơn nhưng mẹ lấy cái vui của chúng con làm nguồn vui của mẹ. Nay chúng con đã trưởng thành, đã đi làm và không được ở gần mẹ. Mẹ đã sống vì chúng con và sống cho chúng con. Chúng con không khỏi xúc động khi những việc hệ trọng, liên quan đến đời sống tình cảm của mẹ mà mẹ cũng đặt chúng con lên trên những quyết định của mẹ. Mẹ nói nếu một trong các con phản đối thì mẹ sẽ từ chối đề nghị của chú Đôn.

Chúng con đã gặp chú Đôn tháng trước, tất cả các em con đều vui mừng khi có người sẵn sàng cùng mẹ đi nốt quãng đường còn lại. Chú Đôn đã yêu mẹ từ lâu, chúng con mong mẹ nhận lời chú để mẹ và chú sống với nhau, an ủi nhau trong tuổi xế chiều. Tất cả chúng con đều yêu thương mẹ nhưng chúng con đều đã có gia đình và ở xa. Chúng con tin là chỉ có chú Đôn mới làm được việc này...

Cuối thư tất cả các con cùng ký tên và viết thêm hàng chữ "con yêu mẹ nhiều".

Tôi như muốn trào nước mắt khi đọc xong lá thư của các con và cũng thầm phục con trai lớn đã cẩn thận lấy chữ ký của các em cho tôi yên tâm.

Ngày đám cưới của Đôn với tôi được tổ chức đơn giản tại Peace Lutheran Church. Tôi không phải là tín đồ đạo Tin Lành nhưng nhà thờ này đã bảo trợ và giúp đỡ gia đình tôi nên tôi tổ chức ở đây như là một lời cám ơn đối với họ. Tất cả các con và các cháu tôi đều về tham dự. Ngoài một số hội viên nhà thờ, tôi không mời ai cả. Tôi chỉ gửi thiếp báo tin đến một số bạn bè và kèm theo thư cám ơn đến nữ Bác Sĩ Trần Nguyễn Mặc Lan, cô học trò đã cho tôi cơ hội gặp lại Đôn.

Con gái và con dâu đã lo quần áo đám cưới và giúp tôi trang điểm. Tôi soi bóng mình trong gương thấy tôi đẹp và trẻ hẳn ra. Tôi hồi hộp sung sướng. Đôn giắt tay tôi ra xe để đi đến nhà thờ. Ngồi sau hàng ghế Đôn nói nhỏ bên tai tôi "anh yêu em ngay từ ngày đầu tiên đổi về trường nhưng hôm nay mới thật sự có em". Tôi ngả đầu lên vai Đôn và nắm thật chặt tay chàng như muốn giữ chàng mãi bên tôi và nói nhỏ trong nghẹn ngào " em cám ơn anh. Chúng mình sẽ ở bên nhau mãi nghe anh".

Tiếng chuông nhà thờ ngân vang như để đón mừng mối tình mới đang nồng nàn yêu thương nhau…

Hoàng Nguyên Linh

Tranh Thư Pháp Của Tác Giả An Hoàng

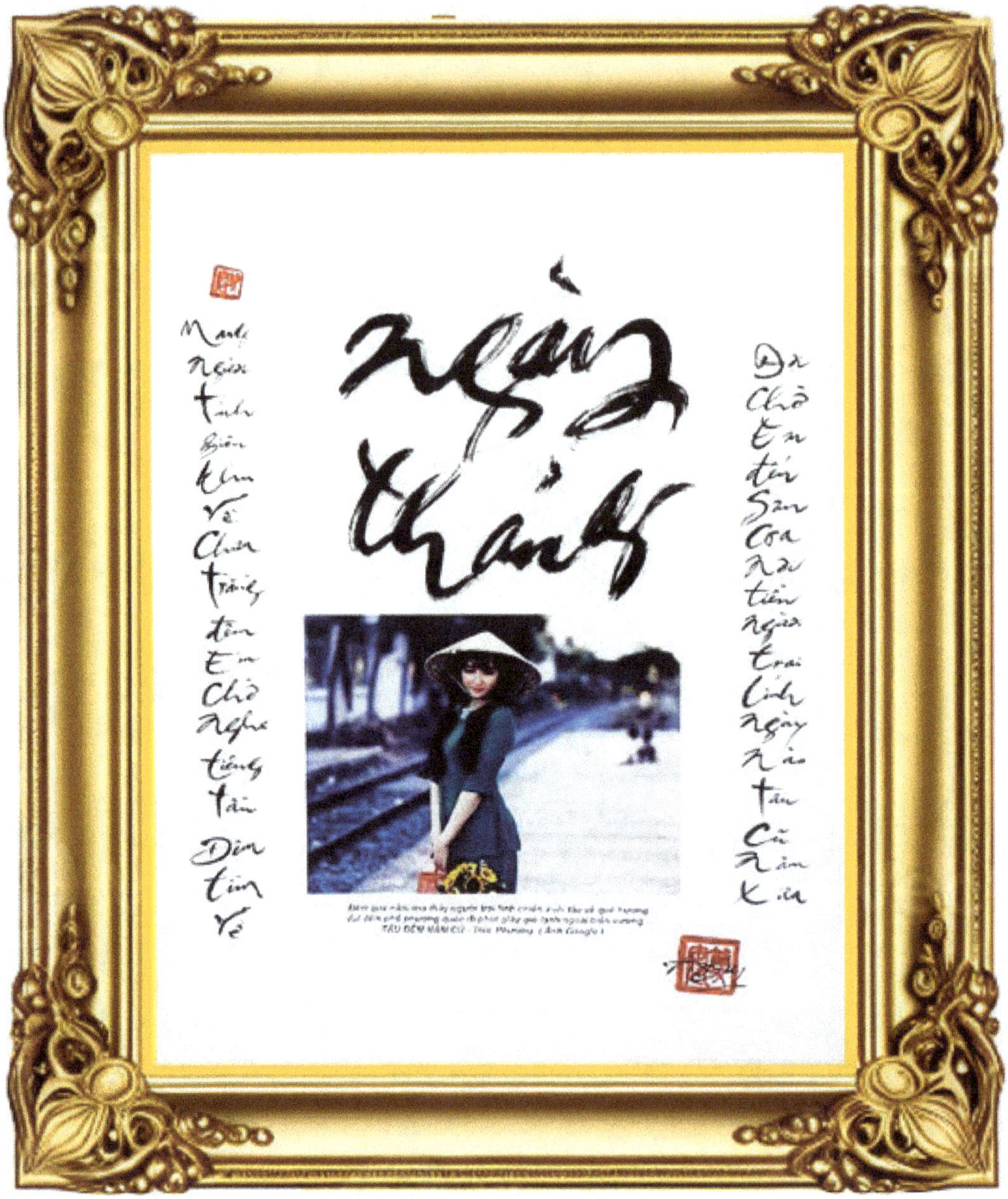

Tranh Thư Pháp Của Tác Giả An Hoàng

Đối với học sinh khi học hết cấp lớp, tốt nghiệp rồi ra trường là lẽ tự nhiên. Phải xa trường lại là chuyện khác. Khi đang còn tiếp tục theo đuổi việc học hành mà vì duyên cớ nào đó, phải bỏ học dở dang, xa bạn bè, trường học, quả là chuyện đáng buồn. Riêng tôi, nói đúng ra là rất nhiều học sinh cùng thế hệ chúng tôi, đã phải bỏ học vì lệnh động viên toàn quốc (1954). Đó là thời kỳ trận chiến Điện Biên Phủ vừa kết thúc. Hiệp định Genève (đình chiến) được ký kết. Chính phủ do Ông Ngô Đình Diệm, được Quốc Trưởng Bảo Đại ủy nhiệm làm Thủ Tướng, dã phải cấp tốc ban hành lệnh tổng động viên để thành lập Quân Lực Việt Nam Cộng Hoà thay thế cho quân đội Pháp rút lui khỏi chiến trường Đông Dương.

Thời loạn ly, đất nước có nhiều biến cố quan trọng. Lãnh thổ chia đôi: miền Bắc thuộc chế độ cộng sản, miền Nam theo chế độ dân chủ; gia đình phân tán, kẻ ở lại miền Bắc, người di cư vô Nam. Xã hội rối ren, dân tình điêu đứng, phản ảnh buổi giao thời của đất nước bị tàn phá bởi chiến tranh và hận thù chất ngất. Ngay đám học sinh ngu ngơ chúng tôi cũng không tránh khỏi cơn bão lốc thời ly loạn, hàng hàng lớp lớp, bỏ sách vở, khoác chiến y, lên đường, làm nhiệm vụ của người trai thời loạn, dù muốn hay không.

Tôi còn nhớ cái ngày nhận được lệnh động viên do Trung tá (?) Kỳ Quan Liêm, Giám Đốc Nha Động Viên ký. Anh Liêm, sau khi giải ngũ, vào làm cho hãng dầu Esso, trước tôi và Thầy Trần Ngọc Huyến, giáo sư Pháp văn Nguyễn Trãi (tôi gọi Liêm bằng anh vì là đồng nghiệp). Nhận được giấy trình diện nhập ngũ tôi vừa buồn vừa háo hức. Buồn vì phải xa nhà, xa trường và các bạn học một thời gắn bó, với biết bao kỷ niệm mà ngay cả tuổi già lẫn cẫn vẫn nhớ, không quên. Lòng háo hức vì tôi có sẵn cái "din" giang hồ từ thuở nhỏ. Năm 13 tuổi tôi đã bỏ nhà gần 1 năm, theo ban kich, lênh đênh trên con thuyền đại đinh, suôi giòng Nhuệ Giang (Hà Đông), tuyên truyền chống thực dân Pháp (1945). Đấy là chưa kể lúc 10 tuổi tôi đã theo đoàn múa sư tử (múa lân) vì còn nhỏ nên chỉ được vác cờ và được trả công 1 hào (10 xu), và khi gia đình biết chuyện, tôi đã bị một trận đòn thừa sống thiếu chết, cạch đến già, vì tội theo chân bọn "côn đồ du đãng".

Nhưng, tiếng gọi "giang hồ" dường như vẫn thôi thúc trong lòng, nên khi nhận lệnh động viên tôi dấu biến không cho gia đình biết, vì tôi có kinh nghiệm về chuyện này. Chẳng là vì trước kia ông anh tôi, lo bị động viên, nên đã chạy chọt, tình nguyện vào lính, loại *đơ zèm củ bắp*, tức binh nhì làm cho nha quân nhu, dịch vụ hành chánh (giữ sổ sách các vật dụng, quân cụ), hồi đó gọi là "Intendance", sáng vào sở chiều được về nhà, khoẻ re. Còn tôi, tôi nghĩ đã không đi lính thì thôi, nếu phải nhập ngũ làm sĩ quan vẫn hơn. Vì thế nên đã dấu lệnh gọi nhập ngũ. Tuy dấu gia đình nhưng vẫn lén lút gặp mấy thằng bạn cũ dể chào từ biệt và hẹn nhau giữ liên lạc. Lúc đó các trường học đóng cửa nghỉ hè, nên chỉ có vài người bạn thân biết chuyện tôi bị động viên thôi. Chúng tôi cùng nhau đi Cổ ngư ăn bánh tôm rồi tới rạp ciné Philamonique ở bờ hồ Hoàn Kiếm coi phim "La valse dans l'ombre" (Điệu luân vũ trong bóng mờ).

Cuốn phim do tài Vivien Leigh và Robert Taylor đóng. Đây là một câu chuyện tình giữa nàng Myrna một nữ vũ công ballet xinh đẹp và chàng Roy là một sĩ quan quý tộc của hoàng gia Anh. Họ tình cờ gặp gỡ trên chiếc cầu Waterloo và quen nhau trong căn hầm tránh bom trong một vụ không kích . Họ yêu nhau say đắm và tính chuyện hôn nhân, nhưng không thành, vì chiến tranh. Roy phải nhập ngũ. Rồi Myra được tin Roy tử trận. Myra tuyệt vọng lại lâm cảnh nghèo túng, đã phải làm nghề "gái gọi", hàng đêm đón khách trên cầu Waterloo. Nhiều tháng trôi qua, rồi tình cờ nàng gặp lại chàng trên cầu, thì ra tin báo tử chỉ là một sự lầm lẫn. Dù Roy đã đưa nàng về với gia đình chàng ở Scotland với hy vọng lập lại cuộc đời mới và với tình yêu vĩnh viễn bên nhau. Nhưng giữa cảnh gia thế quý tộc và tương lai sự nghiệp của Roy nàng nghĩ mình không còn xứng đáng với danh phận và tình yêu của chàng nữa. Và... vào một đêm đầy sương mù và gió lạnh, thân xác tiều tụy, Myrna lang thang trên cây cầu Waterloo, thẫn thờ gieo mình trước đoàn xe nhà binh đang lao nhanh tới... Myrna đã vĩnh viễn ra đi, trên mặt đường chỉ còn rớt lại kỷ vật của chàng đã trao ngày nào. Câu chuyện tình lãng mạn đã khởi đầu trên cầu Waterloo và kết thúc bi thương cũng tại cây cầu định mệnh này. Họ đã mãi mãi mất nhau. Cuốn phim đã làm khán giả rơi nước mắt.

Ngày Roy lên đường tòng quân, Myrna tới tiễn đưa người tình tại nhà ga, nhưng nàng đã không đến kịp, chuyến tầu đã chuyển bánh và Myrna đành đẫm lệ nhìn người yêu trên con tầu dần dần xa. Ngày tôi nhập ngũ, chẳng có ma nào tiễn đưa (người tình cũng chẳng có), nhưng khi con tầu Gascogne nhổ neo, rời cảng Hải Phòng, đưa lũ tân binh ngơ ngáo chúng tôi vô Nam; rồi khi tầu hụ lên những hồi còi buồn bã, từ từ tách bến, ra khơi; trên bờ, những thiếu nữ khăn hồng vẫy gọi, trên mi chan chứa lệ nhoà. Cảnh những bà mẹ sụt sùi dặn "với" con ráng chăm lo sức khoẻ và nhớ viết thư về nhà ... lòng tôi như chùng xuống, thương cảm trước cảnh biệt ly - là *nhớ nhung từ đây* -

của vợ chồng, của những cặp tình nhân, của mẹ và con. "Cổ nhân chinh chiến kỷ nhân hồi" - xưa nay chiến trận mấy ai về! Cảnh biệt ly nào mà không não lòng! Dầu sao, cảnh tiễn nhau trên sân ga dù buồn, nhưng chưa nẫu ruột như tiễn đưa trên bến nước. Con tầu xa dần, nhỏ dần, rồi chỉ còn như một cái chấm đen nơi cuối trời mà người đưa tiễn vẫn còn đứng lặng trông theo! Nào thấy đâu? *Người ra đi với ngàn nhớ thương.. chiếc lá rơi theo heo may, người về có hay*? (Biệt ly của Doãn Mẫn).

Nhưng tuổi trẻ mau quên, vả chăng tôi lại ưa xông pha mạo hiểm, ham mê đời giang hồ phiêu lãng - *"Chí làm trai Nam Bắc Đông Tây. Cho phỉ sức anh hùng trong bốn biển"* theo chân Nguyễn Công Trứ, nên nỗi nhớ nhà, nhớ trường xưa bạn cũ, không làm tôi bận lòng. Tàu Gascogne chở bọn chúng tôi vào Saigòn là của quân đội Pháp, tầu này chỉ chở quân trang, quân dụng, thực phẩm khô (cá khô, thịt muối..) nên không đủ tiện nghi; trên boong tầu là nơi dành cho sĩ quan và hạ sĩ quan, bọn quân dịch chúng tôi bị nhét xuống hầm tầu tối đen. Trong suốt 3 ngày đêm, chúng tôi đã phải chịu đựng cái mùi vừa hôi, vừa thối và (xin lỗi bạn đọc) vừa khắm nữa! Trộn tất cả các mùi này lại tôi gọi nó là mùi hầm tầu. Ôi! cái mùi mà tôi chắc những nhà văn tài ba như Nguyễn Tuân (ngoài Bắc) hay Nguyễn Bằng (trong Nam) cũng bó tay, không cách nào tả cho rõ được.

Khi con tầu từ từ ghé cảng Saigon, được thấy cảnh phố xá thênh thang, những cửa hàng tráng lệ, người đông vui như chẩy hội, mọi người cùng đổ xô về một phía để ngắm cảnh thành phố, khiến con tầu bị lệch qua một bên, thuyền trưởng đã không tiếc lời xỉ vả lũ nhà quê chúng tôi. Đây là kỷ niệm khó quên: lần đầu thấy Saigòn hoa lệ! Rồi chúng tôi được nhập học Trường Sĩ Quan Trừ Bị Thủ Đức (khoá 5); sau đổi tên là Trường Bộ Binh Thủ Đức. Từ trường học cầm bút chuyển sang trường học cầm súng, thay đồng phục học sinh bằng quân phục màu xanh của bộ binh. Cùng vào Thủ Đức một lượt với tôi có Nguyễn Huy Hùng là bạn học cùng lớp Đệ Tam Nguyễn Trãi, và cùng vào Trung đội 2, Đại đội 1 với tôi. Vào cuối tuần, các khoá sinh sỹ quan hầu hết đều lên "Vũ Đình Trường" để gặp gỡ thân nhân, bạn bè. Các bạn người Nam phần lớn đã có người tình hoặc vợ con, anh chị em, xum họp vui vẻ. Hùng và tôi không lên đó, ở lại "barrack" rủ rỉ ôn lại những kỷ niệm xưa, thời còn học ở Nguyễn Trãi, cho vơi đi nỗi nhớ nhà.

Trường Bộ Binh Thủ Đức - Vũ Đình Trường

Trong thời gian thụ huấn tại Thủ Đức tôi vẫn giữ liên lạc với một vài người bạn học cũ thân tình, qua thư tín. Một số bạn thân như Trịnh Thế H., giỏi toán, nhà chúng tôi gần nhau nên tôi thường đến nhà anh để cùng làm bài. Anh tốt nghiệp kỹ sư hầm mỏ hay địa chất gì đó, sau nghe nói vì tai nạn xụp hầm chết người, anh thấy mình có lỗi nên đã tự sát. Nguyễn Kim Hiền, một người vừa là bạn học vừa là láng giềng và sau này còn lên chức anh vợ (vì tôi đã *cuỗm* em gái anh, rước nàng về dinh). Tôi và anh thường đi câu cá cuối tuần. Hiền tuy rất ham câu nhưng lại kỵ ăn cá. Sau 1975, tôi và gia đình vượt biển, tỵ nạn tại Canada và gặp lại anh. Từ đó, chúng tôi thường gặp nhau trong những buổi họp mặt gia đình, cho đến khi anh qua đời, cách đây khoảng 10 năm. Một bạn khác là Đinh Thế Trụ, anh này là người cùng làng và cũng rất giỏi toán. Anh vào Đại học ghi danh học ban toán nhưng chê thày dốt, mua sách về nhà tự học, sau là giáo sư toán, được cử đi dạy toán ở nước ngoài. Tôi có gởi tiền về cho anh và xúi anh bỏ chế độ cộng sản. Anh nghe và vượt biên qua ngả Lào nhưng không may bị Pathet Lào tóm được và giao trả về Việt Nam. Qua một thời gian khá lâu anh lại xoay xở được qua Bỉ dạy toán. Trên đường về Việt Nam anh ghé qua Pháp và xin tỵ nạn ở đây. Tôi bảo lãnh anh qua Canada nhưng chính phủ Canada từ chối vì anh đã được Pháp nhận cho tỵ nạn rồi. Một người bạn khác cũng rất thân là anh Nguyễn Trần Đỗ. Anh có dáng dấp lù khù nên chúng tôi thường gọi anh là "Cụ Đồ". Anh được sang Nga học và tốt nghiệp kỹ sư thuỷ lợi. Sau 1975, cụ Đồ vào Sàigòn công tác và có đến gặp tôi. Anh nhờ tôi dẫn đi mua chiếc xe máy Yamaha và mấy món đồ gia dụng. Qua anh, tôi mới biết tin về các bạn học cũ cùng trường Nguyễn Trãi.

Một anh bạn khác tuy không thân tình lắm, anh "Thọ tầu" lại liên lạc thường xuyên với tôi trong thời gian tôi còn đang thụ huấn tại Thủ Đức. Anh thường thông báo về tình hình sôi động tại Hà Nội và cảnh dân Hà Nội bán tháo đồ đạc, chuẩn bị di cư vào Saigòn. Anh có một người chị làm cho Air Việt Nam cũng đang tính chuyện vô Nam và cho biết có thể anh sẽ cùng đi theo gia đình bà chị. Anh hỏi xin chiếc đàn guitar tôi mua trước khi nhập ngũ. Tôi đồng ý và anh đến nhà tôi nhận đàn. Khi liên lạc Bắc Nam bị cắt đứt, tôi không nhận được tin tức gì về anh. Có thể, vì lý do nào đó, anh đã không theo bà chị vô Saigon như ước vọng.

Sau 1975, khoảng 6 tháng, tôi bị "đuổi" khỏi hãng Esso và về làm cho "Công Ty Tư Doanh Xây Dựng Saigon" nhờ một người học trò cũ, khi tôi dạy ở Kinh Thương - Minh Đức, có ông bố làm Giám Đốc công ty. Nhờ vậy, tôi có dịp trở lại đất Bắc, theo công nhân ra xây dựng công trình khu Giảng Võ, Hà Nội. Tôi ghé thăm trường cũ. Nguyễn Trãi chỉ còn lại cái tên! Cảnh trường đã thay đổi, thầy xưa bạn cũ chẳng còn ai. Tâm trạng tôi lúc bấy giờ có lẽ cũng na ná như Lưu Nguyễn nhập Thiên Thai, ngày trở về làng cũ: hụt hẫng và buồn.

Trong bài này tôi không nhắc tới các "sư phụ" (hồi tôi học Nguyễn Trãi chưa có nữ giáo sư) đơn giản là vì tôi đã kể lại những kỷ niệm khó quên với quý thầy trong "Cố Sự Tân Biên" (Đặc san Nguyễn Trãi IV). Năm 2018 Đai Hội Nguyễn Trãi Thế Giới được tổ chức tại thủ đô Ottawa, Canada, thầy trò Nguyễn Trãi lại có dịp gặp gỡ nhau. Tha hương ngộ cố tri, thử hỏi còn gì vui hơn? Mọi người sôn sao nhắn tin, thăm hỏi, dặn dò nhau ráng về gặp mặt vì mai đây, tuổi già sồng sộc đến, liệu còn sức chống gậy thăm nhau không? Cũng nhờ Đại hội này mà tôi được tin anh Trần Quang Lãng ở San José (California), là bạn cùng lớp, còn sót lại (?) vì các bạn cũ, phần lớn đã ra người thiên cổ! Chúng tôi hẹn gặp nhau tại Đại hội, nhưng rất tiếc (tôi không nhớ vì lý do nào) anh chị Lãng đã không qua họp mặt như dự tính. *Mưu sự tại nhân; thành sự tại thiên.* Cổ nhân nói chớ sai!

Chuyện vui là khi tôi được phân công ra phi trường đón thầy cô thì phần lớn là .. đón hụt! Khi gặp lại, tôi đã xin lỗi vì chuyện này. Các thầy cô tham dự Đại Hội Nguyễn Trãi kỳ này chỉ có 5 vị. Tôi nghe nói có vài giáo sư tuy muốn tham dự, nhưng tuổi già sức yếu nên bất khả. Có điều các thầy cô Nguyễn Trãi, gọi là già, nhưng còn thua tuổi tên học trò (kẻ viết bài này) vài tuổi. Nhưng thầy trò, dù thế nào, cũng vẫn là thầy trò. Phải biết "tôn sư trọng đạo" mới xứng danh học sinh Nguyễn Trãi. Thưa chuyện với các vị đó tôi vẫn lễ phép "Thưa Thầy, Cô" và xưng "em" như những bạn đồng môn khác. Học trò chúng tôi (thời trước) được dạy "Tiên học lễ, hậu học văn" nên chẳng thể quên lời giáo huấn "tôn sư trọng đạo" vẫn ghi khắc trong lòng.

Bậc thầy phải lựa chỉ cho rõ rành
Chứ đâu cãi lộn tanh bành
Tay đôi chợ búa còn danh giá gì!
(Trích đoạn **Thầy Trò**)

Theo thống kê nhà nước (2019) về bạo lực trong học đường, trung bình mỗi năm là 1,600 vụ. Các vụ học sinh đánh nhau trong trường xảy ra như cơm bữa. Đánh nhau giữa nam sinh và đánh nhau giữa nữ sinh,

Ở quê tôi (Việt Nam) bây giờ, học sinh, đặc biệt là học sinh quàng khăn đỏ thuộc đội Thiếu Niên Tiền Phong HCM, dược huấn luyện "Tiên học đấm, hậu học học đá". Học trò đánh lẫn nhau, đánh luôn cả thầy, cô! Nhiều học sinh ỷ có bố, mẹ là cán bộ cộng sản gộc nên đánh bạn học đến chết cũng không sợ vì đã có ô dù bao che! Nhà giáo Nguyễn Chí Anh đã phải than thở cho tình nghĩa thầy trò thời nay.

Xưa nay, giáo dục nước ta
Thầy luôn mẫu mực, trò ra học trò
Nếu mà trò có hồ đồ

hoặc đánh hội đồng và tệ hơn nữa thầy trò đánh nhau túi bụi. Kỷ luật và đạo đức học đường bị vứt vào sọt rác! Chỉ cần nhấn mấy chữ "học sinh đánh nhau" trên mạng xã hội là ta có vô số tin này. Chỉ xin dẫn vài tựa "giật gân":

- TP/HCM: Mâu thuẫn tình cảm nam sinh chém gục bạn cùng trường;
- Buôn Mê Thuột: Bắt nhóm học sinh trường cấp 3 dùng hung khí và bom xăng hỗn chiến trong đêm làm 2 học sinh bị thương nặng;
- Hà Nội: Mâu thuẫn, học sinh lớp 11 cầm dao giết bạn;

- **Nghệ An**: Nam sinh cầm dao đuổi chém thầy giáo vì mời phụ huynh lên trường

Công an thu hàng trăm hung khí nguy hiểm học sinh mang tới trường.

Vào ngày 15 tháng 2 năm 2017 tại lớp 10A3 Trường THPT Tầm Vu, đã xảy ra vụ đánh nhau giữa một thầy giáo dạy toán và một em nữ sinh trong lớp học. Hình ảnh được học sinh dùng điện thoại quay video clip và tung lên mạng sau đó khiến dư luận cả nước thật sự "shock" khi bạo lực đã tràn vào học đường chứ không riêng trên hè phố giữa các học sinh phổ thông như trước đây (Nguồn: Báo Lao Động).

Đạo đức học đường xuống cấp đến thế mà Bộ Giáo Dục-Đào Tạo của nhà nước CSVN chỉ vì lo nếu dùng biện pháp trừng phạt các học sinh đánh nhau trong lớp bằng "đuổi học" thì các trường phải đóng cửa vì không còn học trò, nên ra thông tư mới (tháng 7, 2020) qui định: học sinh đánh nhau, vi phạm kỷ luật có thể không bị "đuổi học" mà chỉ bị kỷ luật. Có 3 hình thức kỷ luật.

1. Khiển trách được áp dụng cho học sinh lần đầu gây gổ, đánh nhau (theo khoản 2 Điều 11).

2. Cảnh cáo: Nếu học sinh đánh nhau có tổ chức, có hung khí lần đầu nhưng mức độ rất nghiêm trọng (khoản 2 Điều 12).

3. Tạm dừng học tập: Nếu học sinh đánh nhau có tổ chức, sử dụng hung khí, vũ khí gây thương tích nặng cho người khác (Điều 13). Thời hạn tạm dừng học tập tối đa là 2 tuần.

Những biện pháp "gãi ghẻ" này quả là một trò hề khó hiểu!

Buồn thay cho nền giáo dục "Xã Hội Chủ Nghĩa" viết tắt là XHCN, quần chúng nhân dân đọc là: Xuống Hố Cả Nút! Hệ thống giáo dục độc tài, một chiều và lạc hậu tại Việt Nam hiện nay nếu không chịu cải tổ để theo kịp trào lưu nhân bản, tự do và khai phóng của thế giới văn minh tiến bộ thì Cả Nước Xuống Hố là kết quả tất yếu, khó tránh! Đây là lý do khiến tôi viết thêm bài "Giáo Dục Hướng Thiện". Kết quả có thể là "đàn gẩy tai trâu". Xin lỗi "bác trâu" nghe!

Biết rồi, khổ lắm, nói mãi. Biết thế nhưng vẫn cứ phải nói. Khổ thật!

LỄ MẶC ÁO TRẮNG

Ngọc Hạnh

26/9/2023

Tác giả đã nhận giải Danh Dự Viết Về Nước Mỹ 2019, với bài về Washington D,C. Mùa Lễ Chiến Sĩ Trận Vong và Bức Tường Đá Đen khắc tên các tử sĩ trong cuộc chiến Việt Nam. Bà tên thật Nguyễn thị Ngọc Hạnh, trước 1975 đã là giáo sư trung học đệ nhị cấp tại Saigon. Cùng gia đình tới Mỹ từ 1979., hiện hưu trí tại miền Đông và vẫn tiếp tục viết. Sau đây, thêm một bài viết mới của tác giả.

Đầu tháng 8 năm nay khí hậu vùng Hoa thinh Đốn tương đối tốt so với Texas hay Florida. Mấy người bạn cư ngụ các vùng kể trên than trời nóng quá nhất là vào buổi trưa. Tuy thế Vân cũng từ chối đi chơi xa hay họp mặt với nhóm bạn già. Chẳng là Vân có hai người cháu, người gọi là cô, người gọi là dì có con được nhận vào trường Y. Bố mẹ các cháu mừng lắm vì ngày nay số sinh viên được nhận vào Y khoa rất ít so với thời Bố Mẹ các cháu mấy chục năm về trước. Hai gia đình mời Vân dự lễ "Khoác áo trắng" (White Coat Ceremony) để chúc các cháu may mắn, thành công trên đường học vấn. Nghe đâu việc học còn dài, 6 hay 7 năm nữa mới hoàn tất, nếu suông sẽ, không gặp trở ngại.

Hai cháu học 2 trường khác nhau, một cháu học trường Y Pritzker, Chicago, một cháu học Đại học Virginia. Hai buổi lễ cách nhau 1 tuần nên Vân có thể tham dự cả hai. Vân xin ghi lại hai nơi để quý ông bà ở nhà có khái niệm, hình dung tổng quát buổi lễ.

Đại Học Chicago:

Cách nhà ở Fairfax, Virginia 1g30 nếu đi phi cơ. Vân không biết nếu lái xe thì mất bao lâu tuy nhiên phải ra phi trường sắp hàng cũng lâu, gần cả tiếng. Ngày nay phi trường đông khách, không vắng vẻ thưa thớt như mấy năm trước. Lúc kiểm soát an ninh chờ đợi cũng lâu nhưng khi máy bay cất cánh thời gian qua nhanh, đọc chưa xong quyển sách đã đến nơi.

Thành Phố Chicago:

Vân mới đến Chicago lần đầu.Lúc đi học ở quê nhà qua sách vở được biết Chicago mùa Đông thường dưới âm độ, còn có tên gọi là" Thành Phố Gió (Windy city), đông dân thứ ba Hoa kỳ, sau Nữu Ước, Los Angeles. Chủ nhật là ngày lễ Mặc Áo Trắng cho các Tân Sinh Viên Y khoa nhưng thứ sáu cả nhà đã đến Chicago. Các anh em và bà con cô cháu dâu khoảng 10 người từ Cali, Florida cũng bay đến Chicago từ thứ sáu vì lúc này máy bay hay thay đổi giờ giấc thình lình, có khi chậm 5, 3 tiếng, có khi dời chuyến bay lại ngày hôm sau. Hành khách phải ngồi chờ lây lất ở phi trường hay ra ngoài mướn khách sạn ở tạm. Nghe như phi lý mà có thật. Nhờ đến sớm nên cả nhóm có thì giờ đi thăm loanh quanh thành phố.

Khách sạn ở nằm trong thị trấn nên chung quanh thấy toàn cao ốc, cao nghệu, nhìn mõi mắt, không biết mấy chục tầng san sát nhau. Nghe nói Chicago có Willis Tower cao 108 tầng nhưng Vân không có dip đi ngang qua. Đường phố chi chít ngang dọc. Ngân hàng, tiệm buôn, nhà hàng ăn uống nằm dọc theo các con đường. Cây cảnh xinh đẹp, cỏ hoa xanh tươi hấp dẫn du khách. Gần khách sạn có con sông. Bờ sông đường tráng nhựa, vỉa hè nhỏ đầy khách bộ hành (River walk?). Dưới nước có du thuyền nhỏ xinh xắn chở đầy du khách, chiếc qua chiếc lại vui mắt. Ngoài đường lớn có những chiếc bus to chở du khách đi xem thắng cảnh thành phố (hop on, hop off bus).

Thiên hạ đi lại trên vỉa hè đông như ngày hội giống Hong kong hay Nữu Ước. Hóa ra vào thời gian ấy Chicago có buổi hòa nhạc nên thiên hạ khắp nơi về tham dự. Theo lời anh cô cháu dâu kể lại, khách sạn Hilton East và West có 2032 phòng đã đầy khách và nhà xe cũng hết chỗ.

Khu Phố Việt Nam:
Chiều thứ sáu cả nhóm đi ăn ở khu phố Việt Nam. Xe chạy ngang qua các ngôi nhà riêng, các biệt thự xinh xắn đến khu phố buôn bán sầm uất. Nhiều người Việt Nam đi lại, vui vẻ chuyện trò tiếng Việt. Các bảng hiệu toàn tiếng Việt như: Bún Riêu, Phở... Đến góc phố khác thấy bảng hiệu thật to ghi: NHÀ THUỐC TÂY..., PHÒNG MẠCH BÁC SĨ..., không có chữ Anh nào trên bảng hiệu. Tôi nghĩ có lẻ quý chủ nhân các tiêm này chỉ hoan nghênh khách Việt Nam, chê thân chủ người bản xứ?. Chúng tôi vào tiệm Bún Riêu. Khách khá đông, phải đứng chờ. Hầu bàn ăn mặc sạch sẻ, tươi cười, bận tíu tít. Tuy là tiệm Bún Riêu nhưng có bán các thức ăn khác: bánh xèo, phở áp chảo, mì xào đồ biển... Món nào cũng đầy đặn, có lẻ 2 phụ nữ mới tiêu thụ hết 1 phần ăn. Cũng có vài bàn người da trắng.

PHỐ TÀU:

Hôm sau chúng tôi viếng phố Tàu, ở xa khách sạn và to hơn khu phố Việt Nam. Theo tôi nơi này giống như phố Tàu ở Nữu Ước nhưng nhỏ hơn. Họ nói chuyện với nhau bằng tiếng Tàu nhưng khi giao thiệp buôn bán thì nói tiếng Anh. Tôi nhớ lại cũng như người Việt mình, gặp nhau thì trò chuyện toàn bằng tiếng Việt. Cả khu phố nhà hàng, tiệm buôn đều rất rộng, dưới tầng trệt và trên lầu. Họ bán quần áo, tơ lụa, chén dĩa đủ loại như một siêu thị Mỹ. Bảng hiệu có tiếng Tàu và tiếng Anh. Vào chợ Tàu mua thức gì cũng có. Có phòng giải trí cho người lớn và trẻ con. Nhà hàng ăn rộng rãi, khách Á Châu, da trắng, Ấn độ ...

MICHIGAN Lake:

Chúng tôi đến thương xá... gần Michigan Lake. Nơi đây bán quần áo, quà lưu niệm, nhiều lắm, thức ăn các quốc gia khác nhau:Ý, Ấn, Mỹ...Gần thương xá có khu giải trí, người đi lại như ngày hội. Cái Ferris Wheel thật to quay chầm chậm, ngồi ở băng gỗ nơi bờ hồ nhìn lên thấy rõ lắm. Dưới hồ những chiếc du thuyền nhỏ chở đầy người viếng cảnh. Trạm bán vé du thuyền nằm bên lề đường. Những chiếc băng gỗ đặt rãi rác trên bờ hồ. Từng đàn chim bay lên, đáp xuống tìm mồi. Cảnh bên bờ hồ nhộn nhịp, rất vui và đẹp...

LỄ MẶC ÁO TRẮNG Ở ĐẠI HỌC PRITZKER, Chicago:

Được tổ chức ở nhà thờ rất rộng trong khuôn viên Đại học. Các sinh viên đến trường trước gia đình và giờ hành lễ cả tiếng. Nhà trường không giới hạn người tham dự nên có khoảng 90 sinh viên nhưng thân hữu và phụ huynh rất đông, đầy kín nhà thờ. Giáo sư và sinh viên ngồi các hàng ghế đầu. Trước tiên là chào cờ, quốc ca, kế đến ông Viện trưởng ban huấn từ...Thiên hạ vỗ tay vang dội. Xong các sinh viên lần lượt được gọi tên theo thứ tự A,B, C lên sân khấu để được vị giáo sư khoác áo choàng trắng, tặng ống nghe(stethoscope) bắt tay chúc lành và chụp ảnh. Đi lên sân khấu một đường, trở về theo một lối khác, trật tự, trang trọng.Các tân sinh viên gồm nhiều quốc tịch: da trắng, da đen, Đại Hàn, Nhật Bổn, Ấn Độ, Trung Hoa, Viêt Nam. Có người nhìn giống như Việt Nam nhưng hỏi ra mới biết là người Tàu hay Đại Hàn. Nữ sinh viên cũng nhiều có lẻ đến 1/5. Kẻ cao người thấp, to lớn hay gầy gầy khác nhau nhưng áo khoác ai cũng vừa vặn , không rộng hay hẹp, rất đẹp.

Khi buổi lễ hoàn tất mọi người được mời sang ngôi nhà rộng gần nhà thờ có bày thức ăn, nước uống sẵn sàng và rất nhiều: rượu nhẹ, nước trái cây, nước lạnh, tôm, thit gà, bò, heo, rau, trái cây ê hề. Bàn ghế cũng nhiều nhưng khách đông hơn nên có người phải đứng. Các nam nữ nhân viên bưng khay nước và thức ăn mời từng bàn như tiệc ở nhà hàng. Tất cả đều miễn phí. Vân nghĩ trường này có vẻ nhà giàu . Về nhà mở google ra xem mới biết trường thành lập năm 1890 do ông Tỷ phú dầu lửa John D Rockefeller tài trợ và vị mạnh thường quân khác hiến đất (210 mẫu Anh?). Được biết hơn 6000 đơn xin nhưng chỉ có 89 người được nhận. Vân có bài thơ con cóc mừng cháu Chris:

Mừng cháu Chris Được Nhận Vào Trường Y

Nắng Hè tỏa rộng khắp không gian
Được học trường Y chẳng dễ dàng
Sĩ tử sáu ngàn nhận chín mươi
Mừng cháu bước đầu vui mẹ cha
Trở thành Bác sĩ đường còn xa
Chuyên cần học tập tháng ngày qua
Cơm cha áo mẹ công thầy dạy
Chúc cháu thành công vui cả nhà

ĐAI HỌC Y KHOA VIRGINIA:

Cách nhà ở Faifax, Virginia khoảng hơn 3 tiếng lái xe nên sáng đi chiều về, khỏi thuê khách sạn. Bố cháu Daniel trước cũng học ở Đại hoc Virginia (UVA). Daniel đã học UVA 4 năm rồi, có bạn cùng phòng người Ấn Độ. Cả hai đều được UVA nhận vào Y khoa nên hai 2 người tiếp tục là bạn cùng phòng với nhau nữa.

Trường UVA giới hạn người tham dự lễ "Mặc Áo Trắng". Mỗi sinh viên chỉ có 4 vé mời. Daniel xin của người bạn gia đình ở xa không đi dự lễ được nên Vân và cô em gái mới có vé mời.

Khuôn viên trường rất rộng thấy như gần mà đi mãi mới đến. Nghi lễ cũng giống nhau. Chào cờ khai mạc, viên trưởng chào mừng các Tân sinh viên Y khoa, ban huấn từ...

Một Bác sĩ trong ban giảng huấn khóac áo trắng cho sinh viên, tặng 1 hộp đựng ống nghe, bắt tay và chụp ảnh kỹ niệm. Nếu ai là bác sĩ hay giảng viên của trường thì được mời lên sân khấu khoác áo trắng cho con mình...

Sau buổi lễ sinh viên và gia đinh, thân hữu ra sân cỏ trước ngôi nhà hành lễ chụp ảnh kỹ niêm, chuyện trò trước khi chia tay. Hai trường Đại Học Y khoa Chicago va UVA có chút khác nhau là trường Pritzker tặng cho sinh viên áo khoác trắng dài đến đầu gối có thêu tên trường. Sinh viên trường UVA được tặng áo khoác ngắn nhưng có thêu tên trường và tên sinh viên.

Trường Chicago có tiệc sau buổi lễ. Trường UVA sinh viên , gia đinh, thân hữu cùng nhau ra sân cỏ trước tòa nhà chuyên trò, chụp ảnh kỹ niệm trước khi chia tay.

Hôm ấy gia đình Daniel và Vân ra phố ăn tối trước khi trở về nhà. Vân không có tiền thưởng cháu nên tặng Daniel một bài thơ. Không biết cháu có hiểu ý nghĩa bài thơ không nhưng cũng cảm động và cám ơn Vân lắm:

Chúc Mừng Daniel Vào Trường Thuốc

Mây trắng trời xanh chim hót vang
Được nhận trường Y thật quá sang
Trương tốt, thầy hay, Daniel giỏi
Ông Bà có cháu thật là ngoan
Hoc thành Bác sĩ cực vô vàn
Thức khuya dậy sớm chẳng từ nan
Thành công tốt nghiêp xin cầu chúc
Chữa bênh cứu người, tấm lòng vàng

Vân rất vui thấy hai cháu được nhận vào trường Y nhưng đường học còn dài, chương trinh học khó và rất tốn kém so với các ngành nghề khác. Cầu mong ơn trên ban phước lành cho hai cháu và các Tân sinh viên Y khoa vượt qua khó khăn, đạt mộng ước, học được những tiến bộ, hay, lạ của nước văn minh Hoa kỳ, hầu giúp những người ốm đau bệnh tật. Vân cũng cầu chúc người Việt quê nhà và hải ngoại được bình an khỏe mạnh,may mắn hạnh phúc,hoc sinh và sinh viên có thầy hay trò giỏi. Bên ngoài chim hót liu lo,nắng hè phủ lên các khóm rau, bụi hoa, cành cây, sân cỏ...

Virginia, tháng 8 năm 2023

Phố Đợi

Tháng Tư mà bỗng dưng trời trở lạnh
Mưa giọt buồn như lệ thấm cỏ cây
Anh vẫn viết từng câu thơ rời rã
Chúng chết dần trong bộ nhớ nào hay

Tháng Tư này không còn đủ heo may
Không hoa nở bên nẻo đường kỷ niệm
Vẫn cố bước như những năm về trước
Đến tuổi này khoảnh ngắn trở thành xa

Tháng Tư có mẹ già trong phòng vắng
Có em nằm đồi dốc lá thông bay
Nhớ nhau quá nhưng làm sao thăm được
Nẻo đi về lịm tắt những nôn nao

Tháng Tư của tháng tư anh là vậy
Rồi mẹ về mẹ săn sóc cho em
Đừng quên nhé sẽ có anh góp mặt
Cõi tạm này ở mãi cũng cuồng chân

SongVinh

Minh chân ướt chân ráo tới Mỹ du học vài năm trước khi Hoa kỳ đổ bộ lên … mặt trăng, năm 1969. Tới năm học thứ hai, anh có dịp được tham gia một chương trình dạy kèm toán cho học sinh trung học.

Nghĩ lại thời gian đó, anh cảm thấy mình thật sự đã được học nhiều hơn dạy. Tình cờ ngày đầu Minh đến trường trung học nhằm vào tuần lễ mà trường đang tổ chức bầu cử ban chấp hành đại diện học sinh. Vừa bước chân vào sân trường, Minh đã thấy các biểu ngữ, các bích hoạ, cắm đầy trên sân cỏ, treo đầy trên tường, và ngay cả gắn đầy trên mấy thân cây. Vô tới bên trong, thì thấy truyền đơn đủ màu đủ sắc được dán đầy trên các bảng yết thị.

Tò mò mấy ngày tiếp theo Minh để ý theo dõi, thấy cuộc tranh cử ở trường tổ chức không khác gì những cuộc bầu cử ngoài đời cho các chức vụ dân cử trong chánh phủ. Các ứng cử viên cũng đưa ra tôn chỉ, mục tiêu, chương trình hành động, và cũng xông xáo vận động tranh cử, đăng đàn diễn thuyết, tham gia tranh luận tại hội trường trước sự hiện diện đông đảo của học sinh toàn trường. Mỗi ứng cử viên còn có một số ủng hộ viên, chia ra mỗi người một công tác để phụ vận động tranh cử cho ứng cử viên 'gà nhà' của mình.

Minh nhớ lại hồi ở nhà, mỗi năm trong lớp học cũng có bầu Liên Toán Trưởng, Liên Toán Phó, và Trưởng Ban Trật Tự, nhưng mọi diễn tiến bầu bán thường xảy ra không quá nửa tiếng đồng hồ, dưới sự hướng dẫn khéo léo của thầy cô!

Sau vài tuần 'dạy học', Minh lại bất ngờ được 'học' thêm một điều thú vị. Một bữa trưa, bước vào lớp học, Minh để ý thấy trên bảng đen có mấy dòng phấn trắng của giờ học trước để lại. Đó là một đề tài tranh luận, và đề tài là 'Chúng ta có nên chào cờ hay không?'

Câu hỏi lạ quá! Minh sửng sờ trước một câu hỏi mà anh không ngờ có thể là một câu hỏi. Suốt cuộc đời học trò của anh tại quê nhà, hễ có lớp buổi sáng thì bắt đầu bằng lễ thượng kỳ; có lớp buổi chiều thì chấm dứt bằng lễ hạ kỳ. Ngày ngày như mọi ngày, có ai đâu đặt vấn đề kỳ cục dzậy!

Tò mò, lại tò mò, Minh bèn hỏi học sinh trong lớp xem phe chống chào cờ đã đưa ra những lý lẽ nào. Còn những lý lẽ bên phe thuận thì Minh nghĩ mình đã thừa biết!

Minh há miệng bất ngờ khi nghe một nam sinh nhanh nhảu đáp, 'Phí thời giờ!' Trời, sao có người lại có thể nghĩ chào cờ là một việc làm phí thời giờ. Minh chưa kịp định thần thì một nữ sinh đã lớn tiếng quả quyết, 'Một lý do khác là chào cờ có thể hun đúc tinh thần quốc gia cực đoan, kiểu Đức Quốc Xã.' À, té ra vậy. Cũng là một cái lý đáng để chiêm nghiệm, mặc dù không có những dữ kiện khoa học nào xác nhận điều đó.

Trong sâu thẳm, điều Minh cảm thấy thú vị hơn không nhất thiết là bất kỳ câu trả lời nào một học sinh có thể đưa ra, mà ở việc câu hỏi đã đặt, và câu trả lời đã được bình tỉnh tìm kiếm, với sự hướng dẫn không thiên vị của lý trí. Ở quê nhà, việc đặt ra câu hỏi về một đề tài mang tính thiêng liêng như lá cờ tổ quốc, là không thể tưởng tượng được. Tuy nhiên, ở đây, tại một trường trung học nhỏ của Mỹ, những học sinh trẻ đã bắt đầu mạnh dạn phân tích bản chất của lòng trung thành với một sự nghiêm túc không tương nhượng.

Trong khi lái xe trở về ký túc xá, Minh cảm thấy lâng lâng một niềm vui tựa hồ đã nhìn thấy được một sự thật vượt ra ngoài bản thân mình.

Nghĩa Lan Nhân
2024-03-01

Cút Bắt

Lòng vẫn nặng những ưu tư xưa cũ
bóng quê hương thân phận, nối liền nhau
thơ xoáy mãi nỗi sầu vào xương tủy
đêm lẫn ngày dài ngắn, buồn như nhau

Môi vẫn đọng những nụ cười gượng gạo
hình như ai lấy cắp một phần hồn
hình như ai để lại một vết son
cho tình mãi giàu thêm niềm nhung nhớ

Ở đây có những con đường lá đổ
đi và về cút bắt với thiên nhiên
đời vẫn chung nhưng cuộc sống vẫn riêng
yêu tha thiết nhưng dễ gì cho hết

Ở đây có những đêm say mê mệt
rượu ngàn năm đâu rửa hết lòng sầu
uống cứ uống nghĩ làm chi sống chết
có về đâu rồi cũng chẳng đến đâu

Ở đây có vội vàng không thứ tự
sống cho xong, cho ngày tháng qua đi
hơi đâu lượm những ưu tư mộng mị
để mai sau đời ngó lại, đôi khi

Ở đây có những người vô tư quá
sống dửng dưng mà chết cũng vô tình
ăn và làm, làm và ăn lẩn quẩn
chơi mãi trò cút bắt linh tinh

Ở đây có tiếng ca mòn lối sỏi
bóng song thân giờ hai lối âm dương
hôm trở lại, xương tan vòm chùa lạ
nước mắt này khóc cha mẹ, khóc ta

Thôi lỗi hẹn xin ban cho hồn cũ
chút tin yêu vào thân xác rã rời
trong quên lãng giòng lệ buồn cố giấu
dẫu ít nhiều hơn kém cũng lần đi

Ở đây có những trò chơi rất lạ!

Song Vinh

Tản mạn quanh việc đi tìm chữ cho cuốn Từ Điển Việt Ngữ Phổ Thông

(Bài đã được đăng trong Tập san Y Sĩ số 231, phát hành tại Montreal, Canada)

BS Lê Văn Thu

Tìm chữ và nghĩa vốn là mối bận tâm hàng đầu của người biên soạn từ điển. Tra cứu chữ trong các từ điển có uy tín đã xuất bản, đọc các sách văn học, coi bài viết trên báo chí, xem các biểu ngữ hoặc quảng cáo trên các tiệm hay các con đường mà mình đi qua, tò mò liếc mắt trên các bích chương của các hội nghị được treo trong các hội trường hay tiền sảnh của khách sạn, và lắng nghe bà con nói chuyện ngoài đời, hay qua các lời thoại trong các màn kịch, phim truyện trên đài, người viết phải chú ý, ghi lại, tìm hiểu ý nghĩa của mỗi từ, mỗi câu, thậm chí còn phải ghi nhận cả hoàn cảnh mà từ ngữ ấy được dùng, để mong từ điển mà mình biên soạn sẽ được đầy đủ với các từ ngữ vừa mang tính phổ thông, vừa chính xác và đáng tin cậy.

Khi còn ở trong trại cải tạo, người viết cũng lắng nghe đài và đọc báo chí của phe đang giam cầm mình để thấy câu nào, từ nào họ dùng đúng, chỗ nào họ dùng sai. Nếu sai thì cái sai ấy là có tính hệ thống hay chỉ là do người cán bộ không có trình độ sử dụng. Khi được phóng thích, người viết có dịp vào lại thư viện Trường Y khoa Sài Gòn của mình, lôi một số sách chuyên môn của giới Y khoa miền Bắc ra đọc thì thấy họ dùng từ y khoa khá chuẩn. Trong lúc ở miền Nam, lúc ấy, các giáo sư Nguyễn Hữu, Trần Anh, Ngô Gia Hy, Đào Hữu Anh, Trần Văn Bảng, Nguyễn Đình Cát mới bước đầu thành lập 'Uỷ ban Dịch thuật danh từ y khoa' và bảo trợ các sinh viên làm luận án tốt nghiệp dịch từ các cuốn sách giáo khoa bằng tiếng Anh hay tiếng Pháp sang tiếng Việt với mục đích phục vụ cho nhu cầu chuyển ngữ trên.

Trong lúc lượm lặt rồi ghi chép và tìm hiểu ý nghĩa của các từ, cụm từ, thành ngữ, tục ngữ, v.v., để chuẩn bị đưa vào cuốn từ điển mà mình đang ấp ủ cũng đã gặp được nhiều điều thú vị. Vì thế, dù phải 'thai nghén' tới 12 năm mà 'thai phụ' vẫn lúc nào cũng thấy vui và không nản chí!

Trong trại cải tạo trên núi rừng Hiệp Đức miền Trung, chúng tôi để ý thấy họ có biểu ngữ 'muốn xây dựng Chủ nghĩa xã hội, phải có con người xã hội chủ nghĩa', phân tích ra thì thấy **Chủ nghĩa xã hội** là danh từ, còn **xã hội chủ nghĩa** là tính từ bổ nghĩa cho danh từ kép 'con người'. Còn người quốc gia ở miền Nam, trước đây và ngay cả bây giờ, thường cho rằng hai từ ấy là một, không phân biệt danh từ hay tính từ, dùng thế nào cũng được (TĐVNPT trang 127 và 1228).

Tại Việt Nam, trong lần về thăm gia đình cuối năm 2022, chúng tôi đã lượm được từ **bề bề** và phở **nầm** trên các bảng quảng cáo của các tiệm ăn ở Hà Nội, chúng tôi không ngần ngại hỏi nghĩa của các từ trên và được các cháu cũng như người lái xe giảng giải. Để bảo đảm mình hiểu đúng, chúng tôi tra thêm trên mạng (Mr. Google): **bề bề** là tên khác của con tôm tích (TĐVNPT trang 40); còn **nầm** (TĐVNPT trang 573, nghĩa 2) là phần gồm mô mỡ và tuyến sữa nằm dưới vú các con lợn, dê, bò cái, v.v., được người Hà Nội (và hình như chỉ có ở Hà Nội) dùng để nấu món "phở nầm" đặc biệt.

Khi đến Phú Quốc, chúng tôi được một cháu gái gốc Hà Nội, bạn của con gái chúng tôi, tặng câu thành ngữ **'bơ sữa bổ từ trên xuống, cuốc sẻng** (cv xẻng) **bổ từ dưới lên'** khi biết chúng tôi đang biên soạn từ điển; câu này chưa từng có trong bất cứ cuốn từ điển nào xuất bản ở trong nước. Ngay lúc ấy, chúng tôi đã thấy hai động từ

BỔ ở đây hẳn có nghĩa khác nhau. Qua một đêm suy nghĩ, hôm sau gặp lại cháu, tôi giải thích động từ bổ ở vế đầu là '*bơ sữa là để dành bồi* ***bổ*** *cho những kẻ có quyền cao chức trọng, thuộc giai cấp trên*', còn bổ ở vế sau là '*dùng cuốc sẻng* ***bổ*** *(sới) đất lên để trồng trọt, là công việc của đám dân đen ở giai cấp dưới*'; câu này đầy tính mỉa mai (TĐVNPT trang 59).

Trên tường một tiền sảnh của một khách sạn tại Trung tâm Sài Gòn, chúng tôi thấy một biểu ngữ dùng cho một buổi hội thảo chuyên đề trước đó mấy ngày có cụm từ **cổng thông tin điện tử**, chúng tôi bèn hỏi ông

Google thì ổng chỉ cho thấy nhiều cổng thông tin điện tử khác, đi vào đủ các ngõ ngách của các tổ chức, từ các cơ quan, tổ chức hành chính của chính quyền, tới các trang mạng của các tổ chức thương mại, dịch vụ, v.v., không những ở trong nước mà còn ở các quốc gia khác (TĐVNPT trang 150). Từ cụm từ cổng thông tin điện tử này (dịch từ portal, tiếng Anh), chúng tôi còn tìm được các cụm từ khác như **cổng kết nối kinh doanh**, **cổng dịch vụ công** (TĐVNPT trang 150).

Khi vào một tiệm buôn bán thiết bị điện tử để mua một cái thiết bị tiếp hợp (adaptor) giữa điện thoại di động và ổ chứa dữ liệu di động (usb drive) loại mới thì được các em bán hàng chỉ cho cái gọi là **cổng chuyển**, tức '*usb hub*' trong tiếng Anh (TĐVNPT trang 150). Cái usb hub này cũng được cộng đồng mạng dịch là bộ chuyển đổi, cái nắn điện, vi bộ thích, bộ khớp nối, bộ phận nối. Người viết chọn từ *cổng chuyển*

vì thấy nó có vẻ đơn giản, dễ hình dung ra cái chức năng của nó.

Khi coi các chương trình truyền hình ở trong nước, người ta thấy giờ bắt đầu một **sô** (show, tiếng Anh; TĐVNPT trang 868) được ghi bằng ký hiệu ***h***, thí dụ 20h30, thay vì 20g30. Quả thật, đây là một điều lạ lùng vì trong tiếng Việt không hề có từ nào bắt đầu bằng *h* để chỉ giờ. Người viết cố đi tìm ký hiệu quốc tế để xem *h* có thay cho giờ được không, thì không thấy. Tiếng Anh thì phải là 8:30pm. Cuối cùng chỉ còn nghĩ rằng *h* thay cho *heures* trong tiếng Pháp: 20h30. Thử hỏi, cả trăm triệu người Việt ở trong nước có được bao nhiêu người biết tiếng Pháp? Nhìn vào 20h30, mấy ai hiểu được nó là cái gì, có chăng chỉ gợi nhớ lại thời nước mình thuộc Pháp, một tàn tích nô lệ thực dân (TĐVNPT trang 272)!

Trong các phim trên truyền hình hoặc tin tức trên báo chí về các vụ án dân sự hay hình sự, phải vác chiếu ra toà, người bị xâm hại hay bị thiệt hại được gọi là **bị hại** (không có từ *người* đứng trước), người bị thưa kiện được gọi là **bị kiện**. Người viết nghĩ các từ này được dùng không chuẩn vì cả hai từ ấy chỉ là động từ thụ động thể, không phải là danh từ chỉ người bị hại hay người bị kiện. Trong kho từ ngữ Việt, mình đã có các danh từ **bị cáo** (người bị tố cáo), hoặc **bị đơn** (người bị kiện), và **nạn nhân** (người bị tai nạn hay bị người khác làm hại), rất rõ nghĩa và được dùng phổ biến trong nhiều thời, sao không dùng? Trong từ điển của nhóm Hoàng Phê cũng có các từ bị cáo, bị đơn, nạn nhân mà không hề có các từ bị hại hay bị kiện.

Có một số từ được dùng trong nước rất thoải mái nhưng lại bị đồng bào tị nạn cho là từ của 'Việt Cộng', không muốn dùng, như từ **bức xúc** chẳng hạn. Tra trong Từ điển ĐDA thì có từ *xúc bức* được giải nghĩa là cấp bức, có nghĩa là gấp, ngặt, không trì hoãn được. Xét về cảnh ngữ, tại quốc nội, người ta hay dùng từ này trong những tình huống gây bực bội, uất ức, khó chịu, bực dọc cho những người bàng quan trước sự đàn áp, chèn ép của kẻ có quyền thế hay sức mạnh. Vì thế, người viết đã định nghĩa với cả hai ý nói trên (TĐVNPT trang 66).

Từ **ấn tượng** (TĐVNPT trang 12), trước kia, mình chỉ dùng như một danh từ. Thí dụ: *buổi hoà nhạc gây được một ấn tượng tốt*. Bây giờ trên các phương tiện truyền thông, người ta cũng dùng từ ấn tượng như một tính từ (*mái tóc của cô đào X trông rất* *ấn tượng*), thậm chí như một động từ (*tôi rất ấn tượng với khu đô thị mới tại ngoại ô Hà Nội*). Có lẽ các từ này được người ta, đặc biệt là đám trẻ, dịch từ tiếng Anh (*to be impressive* và *to impress*). Thật ra, cách dùng này, đặc biệt là động từ, có vẻ không được chuẩn đối với tiếng Việt. Có điều, nghe hay thấy mãi thì có lẽ cũng quen. Nếu đa số thấy không thuận tai, có lẽ rồi cách dùng ấy cũng sẽ bị đào thải, như cụm từ **kích cầu** (viết gọn của kích thích nhu cầu tiêu dùng; TĐVNPT trang 409), cách đây vài chục năm được dùng hầu như hàng ngày, nay không còn thấy xuất hiện trên các phương tiện truyền thông trong nước nữa, và bị thay thế bằng từ **khuyến mãi** (TĐVNPT trang 407).

Từ **lái xe** (TĐVNPT trang 425) bây giờ được dùng thay cho tài xế, nhưng lại có nghĩa rộng hơn tài xế. Với **tài xế**, chiếc xe phải chạy bằng động cơ có ba bánh trở lên, như xe lam ba bánh, xe ô tô, xe buýt (TĐVNPT trang 900), còn **lái xe** thì dùng cho xe nào cũng được, từ xe đạp không động cơ tới xe nhà binh cả chục bánh. Có người thắc mắc, *lái xe* là động từ, sao lại dùng với nghĩa người lái xe là danh từ được? Ấy, chẳng qua là do người ta nghe không quen đó thôi! Ở miền Nam trước 1975, trong Tự điển LVĐ/LNT cũng có các từ lái buôn, lái đò: **lái buôn** là người đi mua góp các nơi về bản sỉ lại cho người khác; **lái đò** là chủ chiếc đò, người đấu giá khai thác một bến đò, hoặc người đưa đò *(cô lái đò)*. Trong Từ điển TN ấn bản 1958 ở miền Nam thì từ **lái** (*dt*) có nhiều nghĩa, trong đó có nghĩa "người cầm lái"; như vậy lái xe có nghĩa là người cầm lái của chiếc xe, lái đò là người chèo đò. Còn trong TĐVNPT thì từ **lái** (*dt*) (trang 425) có nhiều nghĩa, trong đó có nghĩa là **tài xế, người lái** (*trong thí dụ: mũi vạy, lái chịu đòn – tng, lái ở đây là người chèo thuyền hay lái tàu thuỷ*). Nhớ lại, hồi còn học tại Đại học Y khoa, các lớp đều có nhóm bạn phụ trách việc ghi 'cours' lúc thày giáo giảng, sau đó mang tới các 'tiệm Ronéo' in ra thành bài cho bạn bè học, các bạn ấy được bạn bè âu yếm gọi là '**lái cua**', mặc dù các bạn ấy không hề kiếm được lợi nhuận từ công việc này!

Từ **bàn độc** (TĐVNPT trang 22) có hai nghĩa: nghĩa 1 là bàn đọc sách của nhà nho thuở xưa (*độc là đọc, như trong từ độc giả, hoặc trong 4 ngành nghề: ngư, tiều, canh, độc*), nghĩa 2 là loại bàn cao và hẹp dùng để đồ thờ cúng (*có một chân, như trong độc nhãn, độc thủ; thường thấy dựng ở trước cửa nhà của người ở miền Nam*). Trong Từ điển LVĐ/LNT và Từ điển HP cũng có hai loại bàn này và được định nghĩa tương tự. Với nghĩa thứ nhất, chúng tôi cho thí dụ "**chó nhảy bàn độc**" vì chúng tôi hiểu là với cái đám ít học, nhố nhăng, thô lỗ, *do thời thế đưa đẩy mà được nắm giữ các chức vụ cao trọng* trong hệ thống tổ chức chính quyền (thấy rõ nhất là sau cuộc đảo chính năm 1963 ở miền Nam), chẳng khác nào cái bàn đáng trân trọng của nhà Nho xưa (*bàn có 4 chân, rất thấp, để các Nho sinh ngồi xếp trên sàn nhà mà đọc sách Thánh Hiền*) bị chó (*vốn là giống đáng khinh như được dùng trong các từ 'phũ như chó, chó đểu, chó ghẻ, chó chết, chó má, chó săn';* TĐVNPT trang 120) nhảy lên ngồi chễm chệ, trông rất lố bịch!

Thế nhưng, Học giả An Chi Võ Thiện Hoa (người Sài Gòn, đã mất) lại có cách giải thích khác: *"Chúng tôi không tin rằng bàn độc là cái bàn một chân (kê trước bàn thờ trên đó có đặt thức ăn để cúng kiếng). Theo chúng tôi, đây chỉ là lối giải thích bằng từ nguyên dân gian cho rằng độc là một, là duy nhất (nên mới suy ra rằng đó là cái bàn "một chân"). Xuất phát điểm của từ nguyên dân gian trong trường hợp này có thể là từ tổ độc trác có nghĩa là (ngồi ở bàn) ăn một mình, đối với đồng trác là (ngồi) ăn chung. Có thể người ta đã hiểu sai độc trác thành cái bàn một chân (độc: một; trác: bàn) rồi chuyển cái nghĩa bị hiểu sai này sang cho từ tổ danh từ bàn độc trong tiếng Việt chăng". Nhưng Đại Nam quốc âm tự vị của Huình Tịnh Paulus Của lại giảng rằng bàn độc là "ghế lễ lớn có bốn chân xếp, cũng là bàn dọn ăn". Vậy chữ độc ở đây không có nghĩa là một. Chẳng những thế, chính tả của nó cũng đã bị viết sai vì cách viết đúng phải là đọc. Chứng thực cho cách viết đúng này là các mục từ "bàn đạoc" (cột 22) và "bàn đọc" (cột 226) trong Từ điển An Nam - Bồ Đào Nha - La Tinh của A. de Rhodes mà tác giả đã giảng là bàn thờ hoặc nơi cầu nguyện. Quyển từ điển này đã phân biệt rõ ràng hai vần oc và ôc: chữ đọc được viết là đạoc (X. cột 22) hoặc đăọc (X cột 205-206) còn chữ độc thì được viết là đọuc (X cột 220). Vậy đây là bàn đọc chứ không phải "bàn độc" vẫn biết rằng đọc chẳng qua cũng chỉ là một biến thể ngữ âm của độc, có nghĩa là xướng lên thành tiếng thành lời những điều đã được viết sẵn, in sẵn. Và bàn đọc chính là bàn tụng (hiện nay nhiều người vẫn còn dùng hai tiếng này), tức là cái bàn mà người ta đặt trước đầu quan tài, trên đó có bày hoa quả, trà rượu, lư hương, chân đèn... áp đầu quan tài có khung treo hình Phật, nơi nhà sư (hoặc thầy cúng) đặt lễ khí để gõ mõ tụng kinh mà cầu siêu cho người chết. Trong quá trình chuyển nghĩa của từ tổ đang xét, nghĩa gốc của nó lu mờ dần và mất đi. Bàn đọc đã được hiểu thành bàn cúng nói chung rồi với nghĩa này nó lại chuyển nghĩa thêm một lần nữa để chỉ cái bàn thờ (cái bàn cúng không nhất thiết là bàn thờ). Đây chính là nghĩa hiện hành được cho trong từ điển.*

Vậy "chó nhảy (hoặc ngồi) bàn đọc" là chó nhảy (hoặc ngồi) bàn thờ. Thành ngữ này đã được Việt Nam tự điển của Lê Văn Đức và Lê Ngọc Trụ giảng như sau: "Vắng nhà hoặc cơn loạn-ly, trật-tự đảo-lộn, ai muốn làm chi thì làm". Chúng tôi thì lại cho rằng đây không phải là chuyện xảy ra khi chủ vắng nhà, cũng chẳng phải chuyện xảy ra trong cơn loạn ly. Đây, theo chúng tôi, là thảm cảnh dở khóc dở cười xảy ra trong cơn lũ lụt: không những người phải chạy lụt, mà chó cũng phải chạy... nên mới nhảy lên bàn thờ mà ngồi. Đây chẳng qua là một trường hợp hoàn toàn bất khả kháng và chẳng qua cũng chỉ là một kiểu thích nghi với hoàn cảnh mà thôi. Có điều là kiểu thích nghi này quá hỗn láo. Hiền hơn nhiều là kiểu thích nghi - cũng để chạy lụt - mà Nguyễn Đình Chiểu đã nói đến trong câu thứ 6 của bài thơ "Nước lụt": "Lồm xồm (hoặc lóc ngóc) giường cao thấy chó ngồi". Còn trong câu thành ngữ đang xét (chó nhảy bàn độc) thì người ta muốn điển hình hoá nên mới đem cái bàn đọc ra mà nói để tăng tính bi kịch cho hoàn cảnh. Ngày nay câu
này không còn được hiểu theo nghĩa gốc của nó nữa nên mới được dùng để ám chỉ những kẻ tài hèn sức mọn mà lại có địa vị cao sang (X. chẳng hạn: Nguyễn Lân, Từ điển thành ngữ và tục ngữ Việt Nam, Hà Nội, 1989, tr. 57 hoặc Nguyễn Như ý (chủ biên), Từ điển thành ngữ Việt Nam, Hà Nội, 1993, tr. 148)".

Từ **lang bạt kỳ hồ** (TĐVNPT trang 432) có nghĩa là lang thang phiêu bạt rày đây mai đó, không ở yên chỗ nào. Nghĩa này thật ra là do dân gian ghép các chữ **lang** thang phiêu **bạt** (bạc) và **giang hồ** (sống trên sông nước nay chỗ này mai chỗ kia). Khi đem cụm từ này ra bàn bạc trong nhóm biên soạn từ điển Việt Anh Pháp thì được BS Nguyễn Văn Bảo, bút hiệu Con Cò, góp ý: "cụm từ lang bạt kỳ hồ" vốn có xuất xứ từ câu thơ "lang bạt kỳ hồ, tái trí kỳ vĩ, Công tốn thạc phu, xích tích kỷ kỷ" trong Kinh Thi thiên 160 với nghĩa: 'Chó sói bước tới thì đạp nhằm miếng da thòng ở cổ, Thoái lui thì đạp nhằm cái đuôi, Chu công từ tốn nhưng vinh quang to tát và đẹp đẽ, Ngài mang đôi giày đỏ một cách rất tự nhiên trang trọng".

[Hỏi ông Wikipedia thì được ông trả lời: Bài thơ này được Chu Hi chú giải như sau: "Chu công dẫu bị lời phỉ báng nghi ngờ, nhưng cách xử trí của ngài không mất độ thường, cho nên mới được nhà thơ khen ngợi. Nói rằng: Chó sói bước tới thì đạp nhằm miếng da thòng ở cổ, thối lui thì đạp nhằm cái đuôi (ý nói tiến thoái đều khó khăn). Còn Chu công gặp phải biến cố vì lời phao truyền phỉ báng, mà cách ăn ở đi đứng vẫn an nhiên tự đắc như thế, bởi vì với đạo cao đức cả ngài vẫn được yên vui, đức hạnh ấy không thể nào nói xiết được. Cho nên tuy gặp đại biến, ngài vẫn không mất độ thường".

Như vậy, nghĩa gốc của lang bạt kỳ hồ dùng để chỉ hình ảnh con chó sói giẫm lên cái yếm của chính nó (nên không thể bước tới được); trong đó, "lang" là chó sói, "bạt" là giẫm đạp, "kỳ" là một đại từ thay thế cho danh từ "lang" còn "hồ" là cái yếm da dưới cổ của một số loài thú. Thành ngữ này thường được rút gọn thành lang bạt nhầm để chỉ cái thế mắc kẹt, không biết làm sao. Về lý do lang bạt kỳ hồ từ nghĩa gốc trong tiếng Hán bị hiểu sai trong tiếng Việt có thể là do từ nguyên dân gian mà ra. Khi không biết được ý nghĩa đích thực của lang bạt kỳ hồ, người ta đã liên hệ các thành tố của nó với những yếu tố mà mình đã biết. Theo đó, "lang" [chắc] là "lang thang", "bạt" [chắc] là phiêu bạt, "hồ" [chắc] là "giang hồ". Từ đó, lang bạt kỳ hồ mới [bị] hiểu thành "sống rày đây mai đó" như cách hiểu thông dụng hiện nay.]

Trong lúc biên soạn, chúng tôi cũng được đọc các bài viết phê bình về các từ ngữ mà các tác giả gọi là "từ của Việt Cộng", cũng như được bàn luận với các bằng hữu trong lúc trà dư tửu hậu về một số từ mà họ nghĩ là mới xuất hiện sau năm 1975, và họ thấy "không ổn" về nghĩa. Trong số các từ ấy, chúng tôi thấy có những từ sau đây đáng được đem ra "mổ xẻ" và xác định.

Cửa khẩu (TĐVNPT trang 162): nơi ra vào chính thức của một nước, thường là phi trường hay hải cảng quốc tế, có đặt trạm kiểm soát hành khách xuất nhập cảnh cũng như hàng hoá xuất nhập khẩu. Trong Từ Điển ĐDA, ngoài nghĩa khẩu là miệng, còn có nghĩa là '*cửa chính để ra vào*'. Vậy từ khẩu ở đây có thể hiểu là *cửa chính để ra vào của một nước*, tức chỉ có thể là phi cảng hoặc hải cảng quốc tế. Nó khác với từ **hải khẩu** là *cửa biển* trong Từ điển LVĐ/LNT cũng như trong TĐVNPT (trang 316), và *chỗ cửa sông ra biển* trong Từ điển ĐDA, tức chỉ nói về đường thuỷ mà không nói đến đường hàng không như cửa khẩu.

Với từ **hải quan** (TĐVNPT trang 316), nó có hai nghĩa. Nghĩa 1 là *cơ quan* kiểm soát và đánh thuế hàng hoá xuất nhập khẩu, cơ quan này có thể đặt tại hải cảng hoặc phi cảng quốc tế; thuế đánh vào hàng hoá nhập xuất khẩu gọi là *thuế hải quan*. Nghĩa 2 là *cửa biển* hoặc *bến tàu* để các tàu, thuyền xuất nhập cảnh đậu.

Đăng ký (TĐVNPT trang 217): có người lý luận giản dị sao không dùng từ ghi danh thay cho đăng ký? Thưa, **ghi danh** hay **ghi tên** chỉ có nghĩa đơn giản là ghi cái tên của người ta xuống, như trong Từ điển TN, ông viết ghi tên là *inscrire le nom*, còn Từ điển LVĐ-LNT giải thích ghi tên là *biên tên họ người vào*. Trong khi đăng ký lại có nghĩa rộng hơn nhiều. Nó tương đương với từ registration/register trong tiếng Anh: *ghi các thông tin cần thiết vào sổ bộ của một cơ quan, cơ sở dịch vụ, trang mạng, v.v., để được phép hoạt động hay sử dụng*. Thí dụ với đăng ký kết hôn hay đăng ký tài khoản Netflix, ngoài họ tên chính thức, người ta còn phải ghi đủ các thông tin cần thiết khác về hộ tịch, cách chi trả lệ phí, v.v., thì việc kết hôn mới được luật pháp công nhận, hoặc việc sử dụng tài khoản Netflix mới được cho phép. Thật ra, từ đăng ký này đã có trong tất cả các từ điển của miền Nam trước 1975: Từ điển ĐDA giải nghĩa đăng ký là biên chép vào sổ, với phụ chú enregistrer, đồng nghĩa với *đăng lục*; Từ điển LVĐ/LNT giải nghĩa đăng ký là vô sổ, ghi vào nhật ký; còn Từ điển TN giải nghĩa đăng ký là ghi chép, với thí dụ đăng ký vào bộ điền và kèm theo phụ chú enregistrer.

Đáp án (TĐVNPT trang 214): có người nói sao không dùng từ **đáp số** (TĐVNPT trang 214) cho đơn giản? Thưa, đáp án không phải là đáp số. **Đáp án** có nghĩa là *phương thức giải quyết vấn đề*, trong khi **đáp số** chỉ là *con số kết quả của một bài toán*. Thí dụ: trước vụ tranh chấp giữa hai vợ chồng trước khi ly hôn, hai anh chị muốn chia chác tài sản ra sao, trách nhiệm nuôi con thế nào? Anh chị ngồi lại với nhau, hoặc đưa nhau ra toà, bàn bạc và tìm phương thức giải quyết sao cho hợp tình hợp lý. Khi đã đạt thoả thuận thì có nghĩa là hai anh chị đã tìm được đáp án. Từ điển LVĐ/LNT cũng viết đáp án là phương thế vạch ra để giải quyết một vấn đề; còn Từ điển ĐDA viết là phương pháp giải đáp một vấn đề, kèm theo phụ chú réponse.

Về từ **trải nghiệm** (TĐVNPT trang 1072), có người chê nó khó hiểu, sao không dùng từ **kinh nghiệm** (TĐVNPT trang 416). Thật ra hai từ này có nghĩa gần giống nhau, nhưng **kinh nghiệm** là danh từ, có nghĩa là *điều hiểu biết hay kiến thức có được do sự từng trải,* trong khi **trải nghiệm** là động từ, có nghĩa là *kinh qua, sống và tiếp xúc trực tiếp với những thực tế ngoài đời, từ đó tạo cho mình một kinh nghiệm*.

Về từ **triển khai** (TĐVNPT trang 1094), phe ta cho rằng chỉ có từ **khai triển** (TĐVNPT trang 381) mà không có từ triển khai. Trong Từ điển ĐDA thì lại không có từ khai triển mà chỉ có từ triển khai. Còn từ điển TN thì viết '*khai triển, cũng thường nói triển khai: mở mang, phát triển, développer*; Từ điển LVĐ/LNT: *khai triển là phát triển, mở banh ra, nới rộng ra* (*khai triển đề tài), và triển khai là mở banh ra, mở rộng ra* (*triển khai vấn đề, triển khai nền kinh tế*). Như vậy, cả hai từ cùng có một nghĩa, dùng từ nào cũng được.

Tương tự với hai từ **giản đơn** (TĐVNPT trang 290) và **đơn giản** (TĐVNPT trang 259), cả hai là một, dùng cách viết ngược hay xuôi đều được. Cả hai từ này cũng có trong các Từ điển LVĐ/LNT, ĐDA, và TN!

Về từ **tư liệu** (TĐVNPT trang 1141), có người thắc mắc và đưa lên mạng để tranh luận. Từ này có hai nghĩa: nghĩa 1 là *chất* hay *vật liệu* dùng trong sản xuất (*tư liệu sản xuất*) hay sinh hoạt (*tư liệu sinh hoạt*), nghĩa 2 là *tài liệu* dùng trong việc nghiên cứu (*muốn viết về một đề tài chuyên môn, ta cần tra cứu các tư liệu khả tín*). Từ điển LVĐ/LNT: *tư liệu là tài liệu, những món phải có để dùng đó tạo ra đồ vật*. Từ điển ĐDA: *tư liệu là tài liệu để làm việc (matériel)*.

Còn rất nhiều từ khác bị phe ta gán cho là từ của "Việt Cộng", lên án gay gắt bằng những bài viết và được nhiều người "biểu đồng tình". Thật ra, có một số từ chúng ta chưa quen vì chúng là các từ thuộc ngành vi tính, như **truy cập**, **giao diện**, **phần mềm**, **ổ cứng, thông tin**, **dữ liệu**, v.v.. Qua tìm hiểu, hoá ra là chúng được dịch sát nghĩa từ các từ access, interface, software, hard drive, information, data, v.v., mà ra.

Cũng có những từ mà người miền Bắc thường dùng trước 1954-1955, những người di cư vào Nam (lúc ấy còn nhỏ) thì quên dần hoặc không dùng nên không biết đến chúng. Đến khi hai miền thống nhất năm 1976 thì các từ ấy được dùng cách phổ biến trên tất cả các phương tiện truyền thông trên toàn quốc, người sống ở miền Nam thấy lạ lẫm và tưởng chúng là các từ mới!

Dĩ nhiên, cũng có nhiều từ lạ đời, quái đản, thiếu nghiêm túc, được các bạn trẻ trong nước chế ra để dùng khi giao tiếp thân mật với nhau ngoài đời, và được một số người đưa vào kịch bản, bài báo với tính cách bông đùa. Hiện tượng chế các từ ấy cũng được giới trẻ khắp thế giới thực hiện, đặc biệt là khi các em dùng để chuyển tin nhắn (text) cho nhau. Hy vọng những từ ấy sẽ bị mai một theo năm tháng để trở thành tử ngữ, hoặc chỉ được dùng trong các mẩu đối thoại ngoài đời.
Và còn nhiều từ có gốc tiếng Anh, như clip, selfie, v.v., được các bạn trẻ trong nước chuyển hay dịch thành tiếng Việt, nghe rất vui, như cờ-líp và …tự sướng! Đây lại là một vấn đề khác của ngôn ngữ, người viết không dám lạm bàn…./.

Ghi chú:

1. TĐVNPT: Từ Điển Việt Ngữ Phổ Thông, BS Lê Văn Thu và DS Nguyễn Hiền, in tại Đài Bắc, Đài Loan, tháng 8 năm 2023.

2. Từ điển ĐDA: Hán Việt Từ Điển, Đào Duy Anh, in tại Sài Gòn, Việt Nam, ngày 10 tháng 10 năm 1957.
3. Từ điển LVĐ/LNT: Việt Nam Tự Điển, Lê Văn Đức và Lê Ngọc Trụ, in tại Sài Gòn, Việt Nam, ngày 8 tháng 7 năm 1970.
4. Từ điển TN: Từ Điển Việt Nam, Thanh Nghị, in tại Sài Gòn, Việt Nam, ngày 20 tháng 7 năm 1958. 5. Từ điển HP: Từ Điển Tiếng Việt, Chủ biên GS Hoàng Phê, in tại TP Hồ Chí Minh, Việt Nam, ngày 23 tháng 10 năm 2017.

Trường xưa bạn cũ

(Thân tặng các bạn cựu học sinh Trường Trung học Nguyễn Trãi)
Tuệ Kiên Vũ Văn Sang
(Nguyễn Trãi –58-62)

Bạn hiền ơi, tuổi đời theo tháng năm trôi,
Chúng mình tha hương khắp bốn phương trời.
Nhớ mãi sao quên, đồng môn thuở ấy,
Xuất thân từ trường Nguyễn Trãi, bạn ơi!

Đã hẹn nhau về hát khúc đoàn viên.
Đời lắm chông gai, bao nỗi ưu phiền,
Đại Hội năm nay, mình không về được,
Xin gởi vần thơ thân chúc bạn hiền.

Kính chúc Thầy Cô cuộc sống bình yên,
Cháu con nội ngoại nay đã thành tài.
Tâm thường hỷ lạc,nào khác chi tiên,
Bước chân vững chãi, an nhiên, tự tại.

Ta nhớ đồng môn kẹt lại quê nhà,
Vẫn lo cơm áo, tất bật bôn ba.
Cuộc đời nghiệt ngã, tương lai chẳng thấy,
Vất vả ngược xuôi bốn chín năm dài.

Nguyễn Trãi trường xưa bạn cũ xa rồi,
Có nhớ về nhau, nhớ những ngày vui
Kính chúc Thầy, Cô, tâm an. thân khỏe,
Thân chúc bạn hiền cuộc sống bình yên.

Thơ Trời Đông

Tình Tuổi Mười Sáu

Em là nụ HỒNG
Anh đi tìm mãi
Em là nụ HỒNG
Anh chưa tìm thấy
Anh là mặt trời
Mọc đi mọc lại
Anh là mặt trời
Ngây thơ tồn tại

Tình Tuổi Ba Mươi

Em sữa ngọt, em phù sa
Trời cho nuôi dưỡng đời ta nghọt ngào
Em trăng mộng, em ngàn sao
Trời cho đưa lối ta vào thiên thai
Em dấu ái, em tuyệt vời
Trời thương cho xuống làm người yêu ta,
Tình Tuổi Năm Mươi

Tại em ngây thơ
Ta thấy mình khờ
Như chú gà mờ

Tại em thơm tho
Ta thấy mình cực
Như con chó đực

Tại em đáng yêu
Ta thấy mình mệt
Như chiều sắp hết.

Đến năm anh Tám Mươi

Anh là chim, em tìm chẳng thấy
Em là gió, anh là mây
Gió dậy, mây bay,
Chạy...

NVThanh, NT

Giòng Lệ Thơ Ngây

Truyện Ngắn của Hải Phong

Lời giới thiệu Hải Phong:
Tên thật Nguyễn Lệ Châu, là cựu học sinh Gia Long. Tốt nghiệp Cử nhân Kinh tế (Sàigòn); Cử nhân Kế toán-Thương mại (Canada), CPA (Canada); Master degree in taxation (Canada). Làm việc cho CP Liên bang Canada tại Revenu Canada từ năm 1989, đồng thời là Giảng sư về Luật Thuế Vụ tại Đại học Sherbrooke, phân khoa Luật và phân khoa Quản trị.

Tác phẩm văn học, nghệ thuật: Cộng tác với Thời Báo (Canada); Thời Luận (Hoa Kỳ), TT Văn Bút Québec, Website VietVancouver, Website Hưng Việt Héritage Renaissance.

Tác phẩm xuất bản: Vùng Yêu Đương (cùng Nguyễn Hải Bình); truyện dài Sau Cơn Mưa. Các Tuyển tập truyện ngắn: Chị Yêu, Ngập Ngừng Gió Nhắn Cùng Cây, Mầu Lá. Các truyện dịch: Quán Bên Đường (Corner Store), Lá Thu (Feuilles d'Automne), Tuyết Hoa (Snow Flower and The Secret Fan), và Đêm (Night của Elie Wiesel được giải Nobel Hòa Bình năm 1986).

Tác phẩm nghệ thuật: các CD Tình Tự Mùa Xuân, Dưới Giàn Hoa Cũ, Mẹ Trùng Dương, tất cả do NS Duy Cường hòa âm.

Ở lối rẽ vào xóm Vườn, trên đường đi ra Bãi Sau, hơi khuất sau mấy vườn xoài trái sai oằn xuống, có một con lạch nhỏ. Chỉ cần xắn quần lên cao khỏi đầu gối, xách chiếc dép trên tay rồi lội xuống con nước cạn, hay bước rón rén trên chiếc cầu gỗ con lỏng lẻo là ta có thể bước sang bên kia lạch, nơi có căn nhà nhỏ nhưng nên thơ, nằm khuất giữa một khoảng sân rậm rạp có nhiều cây lá xum xuê, nhưng không có trái. Xuân Tú ở trong căn nhà đó, với Dì và ba đứa em khác mẹ. Cha của Tú là quân nhân, thường xa nhà. Do đó, nhà chỉ có đàn bà và con nít. Lần đầu tiên làm lính mới tò te đi vào trình diện trong lớp học mới, Phượng đã để ý ngay đến đôi mắt buồn vời vợi của Xuân Tú từ cuối lớp, nhìn nàng thiện cảm. Khi bắt gặp ánh mắt Phượng, Tú cúi mặt quay đi chỗ khác.

Những tiếng xì xèo của đám bạn học trong lớp nổi lên không ngừng cho đến lúc thầy Giao gõ cái thước kẻ lên mặt bàn, đám bạn mới chịu yên.

Phượng đưa mắt liếc nhanh chung quanh lớp, vài khuôn mặt đã quen thuộc với nàng, tuy chưa từng nói chuyện trực tiếp. Ở cái thị xã du lịch nhỏ bé này, không có chuyện gì lạ của nhà nọ mà nhà kia không biết. Phượng về đây đã gần một tháng trước ngày tựu trường. Cái tin cô học trò của một trường lớn ở tỉnh thành sắp chuyển về học nơi đây đã là một tin làm xôn xao đám học trò trong thị xã. Sáng nào, chiều nào, chỉ cần ngồi ru rú trong nhà, nàng cũng đã nghe được đủ tiếng xe gắn máy lượn qua lượn lại trước nhà, chỉ rình nàng bước ra sân để xem «cái con khỉ ở trường tỉnh» ấy mặt ngang mũi dọc thế nào. Con trai cũng có, mà con gái tò mò đi xem «đối thủ» của mình thế nào cũng không ít. Thế cho nên, không ít thì nhiều, nàng cũng biết mặt một ít người trong lớp nữ sinh này, đa số đang nhìn nàng nếu không bằng ánh mắt đố kỵ, tò mò, thì cũng là dửng dưng, lạnh nhạt. Thế cho nên đôi mắt thiện cảm của Xuân Tú đã làm nàng chú ý đặc biệt, chưa kể là đôi mắt ấy rất đẹp, to và dịu hiền.

Rồi những lần sau đó, khi Phượng bị các thầy giáo, cô giáo mới lần lượt gọi lên bảng để thử thách, nàng cũng lại bắt gặp ánh mắt ấy, chuyển từ thiện cảm sang thán phục, chiêm ngưỡng. Thế nhưng, Xuân Tú lại rất nhút nhát và ít nói. Trong lớp, Phượng không thấy Tú nói chuyện với ai, dường như Tú rất e dè và mặc cảm. Phượng thấy ái ngại cho Tú, nhưng Phượng cũng không có thói quen đi chào hỏi, làm quen người khác, nên với Tú, nàng cũng không ngoại lệ. Suốt mấy tháng trời học chung lớp, thoảng có tình cờ chạm mặt nhau, Tú cười chào nàng thì nàng mỉm cười đáp lại, thế thôi. Nhưng nàng vẫn âm thầm tìm hiểu về cô bạn nhút nhát ấy. Ngoài việc Tú rất đẹp, Phượng còn được bạn bè cho biết là cô ta còn hát rất hay, năm nào mãn khóa học, Tú cũng hát cho buổi liên hoan của nhà trường, làm Phượng rất tò mò muốn nghe thử.

Lần ấy, trường nàng tổ chức lửa trại, có thi văn nghệ nhiều bộ môn. Đó là lần đầu tiên, Phượng nghe Xuân Tú trong cuộc thi hát. Khi còn học trên Sàigòn, Phượng cũng đã từng hát trong các buổi văn nghệ nhà trường, cũng từng được các cô giáo đào tạo. Nhưng đến đây, nàng vẫn còn ẩn danh, chưa ai biết tới nên nàng không ghi tên dự thi. Nàng cũng có cái tính hơi gàn dở, ghi tên thi mà chưa biết đối thủ cao thấp thế nào, lỡ thua thì quê lắm, cho nên nếu không chắc thì... không thi. Thế cho nên đêm ấy, nàng rất thanh thản để mà ngắm nghía Xuân Tú thật thanh thoát trong chiếc áo dài trắng bằng lụa thật nhẹ, trong giọng hát cũng thật nhẹ, mà sau này nàng đã quên luôn tên bài hát ấy, chỉ nhớ có mỗi câu: *« mong sao biên cương chiều nay không gió, không mưa... »* mà Xuân Tú đã hát qua màn lệ mỏng, làm xúc động cả mọi người có mặt đêm ấy, và giúp Tú được giải nhất cuộc thi hát ấy. Lúc xuống, có bạn hỏi:

- Làm sao mà Tú «biểu diễn» được cái màn thoa dầu cù là vào mắt cảm động vậy?

Xuân Tú chỉ cười dịu dàng:

- Đâu có dầu cù là gì đâu. Chỉ là Tú nhớ đến Ba, lần nào hát đến đấy cũng khóc, cũng mong cho Ba được bình yên.

Tú có tài như thế nên không thiếu gì người theo đuổi. Mảnh đất rộng có con lạch nhỏ trước nhà Tú cũng là nơi để nhiều cậu con trai trong trường đến đó «trồng cây». Nhưng Phượng được biết là Xuân Tú cũng chưa quen một bạn trai nào cả. Tú học rất kém nên rất mặc cảm, ngay cả với đám con trai ở các lớp nam sinh.

Mãi cho đến một hôm, giờ toán, Xuân Tú bị thầy gọi lên bảng. Chỉ một phương trình nhỏ, Tú cũng không giải được, mà có lẽ đây không phải lần đầu, nên thầy Duy, dù là rất dịu dàng với đám học trò, mà cũng phải gắt lên:

- Em có muốn tiếp tục đi học nữa không? Nếu có thì phải cố gắng chứ. Bài toán giản dị thế cũng không làm nổi, thì cuối năm làm sao lên lớp?

Tú rưng rưng nước mắt trở về chỗ ngồi. Đến giờ ra chơi thì không còn ai nhớ đến chuyện ấy nữa. Đám bạn gái lần lượt rủ nhau đi đánh chuyền, đánh vọt, hoặc ra sân ríu rít đợi mua đậu đỏ bánh lọt của xe hàng trước cổng trường, chỉ có Xuân Tú thui thủi ngồi một mình dưới gốc cây phượng có tàng lá rất to, che kín cả một góc sân. Tú ngồi đó buồn hiu, hai tay khoanh lại, gục đầu trên hai đầu gối, mái tóc dài xõa xuống che khuất mặt. Phượng động lòng trước hình ảnh ấy, mon men lại gần Xuân Tú gọi:

- Tú !

Cô gái giật mình ngước lên nhìn Phượng, mắt vẫn còn long lanh ngấn lệ.

- Tú vẫn còn buồn chuyện ban sáng à?

Tú xấu hổ gật đầu:

- Tú thật mong chỉ bằng được một phần của Phượng, mà sao học hoài cũng không vô.

Phượng dè dặt đề nghị:

- Tú ạ, trong lớp mình, bọn Kim Anh, Lệ Hoa, Thúy Quỳnh, v.v... vẫn sang nhà Phượng mỗi buổi chiều sau giờ học để nhờ Phượng chỉ bài thêm đấy. Phượng không tử tế gì đâu, chỉ là một công hai chuyện thôi, Phượng chỉ bài cho các bạn ấy xong thì Phượng cũng thuộc bài luôn, khỏi học bài. Thế có nhất cử lưỡng tiện không? Vậy nếu Tú muốn, có thể cùng sang học với tụi nó. Phượng nói thật đấy. Khi có người học chung, có thể Tú sẽ thấy bài vở rất dễ dàng.

Tú chớp mắt cảm động:

- Thế à? Cám ơn Phượng. Nhưng Tú không sang được đâu.

Phượng mở to mắt, như muốn hỏi. Tú ngập ngừng:

- Vì chiều nào sau giờ học, Tú cũng phải ra «bar» phụ với Dì pha rượu và làm việc lặt vặt đến khuya.

Phượng ái ngại:

- Thế thì từ nay Phượng đến trường sớm hơn một tí vậy. Tú cũng đến sớm nhé. Phượng giúp Tú ôn lại bài. Như thế, có lẽ không giỏi được ngay, nhưng ít nhất là lỡ có bị gọi lên trả bài, Tú cũng có thể trả lời được, không bị thầy la.

Tú nắm tay Phượng, chớp mắt:

- Ở trong lớp này, chỉ có Phượng là tốt với Tú thôi, không ai chơi với Tú cả.

Phượng chau mày. Tú giải thích vụng về:

- Ai cũng cho rằng Tú là con nhà «bán bar», không chơi.

Từ hôm ấy, Phượng kiên nhẫn kèm thêm cho Xuân Tú. Dù có thương cô bạn đến đâu, Phượng cũng công nhận một điều là Xuân Tú học... rất dốt. Nhưng ít nhất là từ hôm ấy, Tú cũng ít bị thầy cô mắng như trước. Tú rất cảm động, một buổi chiều, Tú bảo Phượng:

- Hôm nay Dì của Tú đi Sàigòn, đóng cửa bar. Phượng ghé nhà Tú chơi không?

Tú định dẫn Phượng đi băng qua chiếc cầu gỗ lỏng lẻo, nhưng Phượng chắc ăn, chọn cách xắn quần lên cao, tay xách đôi dép, lội qua con lạch. Đằng nào cũng ướt, thà lội nước ướt còn hơn bị té ướt!

Tú dẫn Phượng ra vườn sau, có cây khế thật to, lá vàng rụng đầy trên mặt đất, chả ai buồn quét đi. Trên cây, khế chín vàng ươm.

Tú nói là khế ngọt lắm, vì cách đây hai năm, Dì của Tú có chôn xác một con mèo chết vào dưới gốc cây. Người ta bảo gốc cây khế mà chôn xác mèo thì khế sẽ ngọt lắm. Phượng nghe nói rùng mình, nên khi Tú hái khế xuống mời, Phượng không ăn, chỉ xin hai quả mang về, đến đầu ngõ thì nàng lén vất hai trái khế vào thùng rác nhà ai bên vệ đường. Nhưng hình ảnh cây khế vàng ươm có lá rụng đầy sân ấy, bao năm sau Phượng vẫn như in vào óc. Mãi sau này, đọc bài thơ của Lâm Hảo Khôi: «*cây khế vàng lá rụng đầy sân, em nhớ năm xưa chị nói một lần, chắc buồn lắm khi rời xa Nhơn Mỹ...*», Phượng vẫn bồi hồi nhớ đến cây khế sau sân nhà Tú.

Năm học cứ từ từ trôi, một hôm, sau giờ thể dục, chị Bạch là trưởng lớp, gọi Phượng ra sân, hỏi nhỏ:

- Em hay chơi với con Tú, nó có kể chuyện gì cho em nghe không?

Phượng ngạc nhiên, lắc đầu:

- Em chỉ kèm bài vở cho Tú thôi, ít có thì giờ nói chuyện khác. Mà «chuyện gì» là chuyện gì hả chị?

Chị Bạch khoát tay:

- Thôi, nó không nói gì thì thôi. Em cũng đừng hỏi gì lôi thôi nhé.

Phượng gật đầu, nhưng vẫn thắc mắc lắm. Trong lớp nàng, hai chị em chị Thanh và chị Bạch lớn tuổi hơn hết, là hai chị em song sinh. Chị Thanh lẽ ra sanh trước là chị, nhưng hiền lành, cần mẫn, trong khi chị Bạch là em thì lại sắc sảo, tinh tế hơn nhiều, nên năm nào chị Bạch cũng được bầu làm trưởng lớp, chị Thanh làm phó trưởng lớp. Nghe nói hai chị là con nhà địa chủ ở dưới quê, loạn lạc nhiều năm, nên việc học bị trễ nãi mất mấy năm. Cuối cùng cha mẹ hai chị thu dọn một số tài sản kếch xù, dọn về thị xã hiền hòa này sinh sống. Thế cho nên hai chị vượt trội hẳn bọn học trò cùng lớp về tuổi tác. Ngay cả học trò các lớp cao hơn gặp hai chị cũng gọi là «chị». Do đó, bọn nàng hết sức nghe lời hai chị trưởng lớp. Lời chị ban ra thì đã là «thánh chỉ» rồi. Cho nên Phượng nghe răm rắp, không hỏi han gì nữa.

Chiều hôm sau, tan học sớm, thay vì ra về, chị Bạch tuyên bố triệu tập khẩn cấp một buổi họp các trưởng ban. Cả bọn trưởng ban tiu nghỉu ở lại với hai chị, đóng cửa lớp lại họp ra điều bí mật lắm.

Chị Bạch liếc mắt nhìn một vòng bọn nàng rồi nói:

- Lẽ ra, em Phượng, em Lan, không nên tham dự buổi họp này, vì các em chưa đủ tuổi nghe chuyện... người lớn. Nhưng vì hai em, một là trưởng ban báo chí, một là trưởng ban văn nghệ, cho nên đã gọi là họp trưởng ban thì trên nguyên tắc các em vẫn được mời. Tuy nhiên, chị để các em toàn quyền quyết định ở lại họp hay về trước cũng được.

Về thì cũng muốn về, nhưng nghe «chuyện người lớn» xem nó hấp dẫn thế nào thì cũng muốn, cho nên cả Phượng và Lan đều đồng tình ở lại họp.

Chị Bạch hắng giọng rồi nói:

- Dạo này, chị để ý con Xuân Tú, thấy nó khác lạ nhiều lắm. Cách đây hai hôm, chị gặp riêng nó để hỏi bắt nọn, thì nó chỉ tấm tức khóc, không trả lời chị, nhưng cũng không cải chính gì về chuyện chị nghi ngờ nó đã có thai rồi.

Cả bọn giật thót người. Phượng thì lại càng không tin vào tai nàng nữa. Xuân Tú hiền lành, nhút nhát, lại chẳng giao du với một cậu trai nào trong trường. Trong cái trường bé nhỏ này, có chuyện gì mà bọn nàng không biết. Nàng vẫn cùng đám bạn đi dạo bãi biển, mò ốc, bắt cua lung tung, có lúc lại còn đi rình các chị lớp lớn trốn học đi chơi với bồ để mà trêu chọc, nhưng có ai gặp

Xuân Tú đi chơi với ai, hay hẹn hò gì ai bao giờ. Phượng đưa ánh mắt nghi ngờ nhìn chị Bạch:

- Chị có nhầm không? Xuân Tú đâu có bạn trai.

Chị Bạch lắc đầu:

- Dĩ nhiên là chị cũng từng nghĩ như em. Nhưng chị cũng đủ khôn lớn để biết nhận xét. Chị đã theo dõi nó từ lâu rồi, và khi hỏi thì nó cũng không cải chính.

Chị Thanh tiếp lời:

- Tụi chị cũng có hỏi qua mẹ rồi, mẹ chị cũng có biết con Tú mà.

Cả bọn nhao nhao:

- Thế bây giờ phải làm sao hở chị?

Chị Bạch rắn rỏi nói:

- Phải khuyên con Tú nghỉ học trước khi chuyện đổ bể tùm lum làm tai tiếng cho cả lớp. Trong thời gian này, tất cả các em phải kín miệng, không ai được để tin tức lọt ra ngoài, mang tiếng cả đám.

Cả đám «dạ». Rồi chị Bạch thảo sơ một bài «discours» mà chị dự định chiều mai sẽ đem đến nhà Xuân Tú khuyên nàng nghỉ học. Cả bọn bàn tán, thêm bớt cho văn vẻ, hoa mỹ rồi bầu chị Bạch làm sứ giả, ngày mai dẫn cả đám đến nhà Xuân Tú.

Tội nghiệp Xuân Tú, không hay biết gì về kế hoạch của bọn nàng nên sáng hôm sau vẫn đến lớp với nét bơ phờ, mệt mỏi.

Buổi chiều tan học, theo dự định, Phượng cùng cả đám trưởng ban của lớp đến nhà Tú, lúc cả nhà đi vắng. Chị Bạch được đề cử từ trước, đọc làu làu bài discours đã học nằm lòng. Bọn Phượng hài lòng lắm, như vừa làm được một việc gì vĩ đại lắm vậy. Mãi cho đến lúc ra về, Xuân Tú tiễn cả bọn ra bờ lạch, trước khi cả đám xắn quần lên cao để lội qua con lạch, Xuân Tú nghẹn ngào:

- Cám ơn các chị, cám ơn, từ ngày mai em sẽ không đến lớp nữa.

Rồi Tú đưa tay che hai giòng lệ từ từ tuôn chảy, quay mặt chạy vào nhà. Lúc ấy, Phượng mới ân hận, tự hỏi việc làm của bọn nàng có chính đáng hay không. Về đến nhà rồi, Phượng vẫn còn bị ám ảnh vì đôi giòng lệ trên đôi mắt u uất ấy, như chứa đựng một điều gì oan ức. Nàng lại ân hận đã góp phần vào việc soạn ra cái bài discours hoa mỹ ấy, chắc đã làm tổn thương đến Tú không ít.

Ngay hôm sau, Tú không đến trường nữa. Ngày ngày, Phượng vẫn quen giờ đến trường sớm, vẫn quen ngồi nơi gốc cây phượng giữa sân trường, chỗ mà nàng đã nói chuyện với Tú lần đầu tiên, chỗ mà nàng vẫn ngồi kèm cho Tú học bài mỗi buổi sáng, nhưng bây giờ thì nàng chỉ ngồi đó một mình thôi, để thỉnh thoảng chạnh lòng nghĩ đến Tú.

Cho đến một buổi chiều, trong giờ ra chơi, đứa em gái khác mẹ của Xuân Tú hớt hải chạy đến trường tìm chị trưởng lớp, thì thầm. Chị Bạch một lần nữa, triệu tập ngay một phiên họp khẩn cấp gồm các trưởng ban. Ít phút sau, cả bọn đã ở sân sau nhà Xuân Tú. Trên thân cây khế già, lấm tấm hoa, Xuân Tú treo mình lơ lửng trên cành cây cao nhất, chiếc áo bà ba mầu mỡ gà cứ theo gió thổi tung hai vạt lên, để lộ ra thân hình không còn thon thả nữa. Ba đứa em khác mẹ của Tú mặt mày tái mét, ngồi rấm rứt khóc nơi góc vườn, không dám lại gần. Phượng há hốc miệng nhìn giòng lệ đã khô trên đôi má xanh xao của Tú, nhớ đến đôi mắt u uất và giòng lệ hôm nào.

Chị Thanh, chị Bạch và vài thầy cô lăng xăng tìm cách đỡ thi thể của Xuân Tú xuống. Chị Bạch gọi Phượng lại, dặn dò:

- Em có ghé qua nhà con Tú rồi. Chắc Dì của nó biết mặt em. Lấy xe đạp của chị, chạy ngay ra Bãi Trước, bar Thùy Dương ấy, báo tin cho Dì của nó biết. Tội nghiệp quá, Ba nó giờ không biết đang hành quân ở phương nào.

Phượng «dạ» rồi phóng xe như bay ra bãi biển. Giờ đó còn sớm, quán bar vắng tanh, vài người lính Mỹ say rượu khề khà nơi quầy. Phượng e dè vào quán hỏi Dì của Xuân Tú. Cô gái hầu bàn chỉ tay vào trong, nơi ấy Dì của Xuân Tú, một người đàn bà đẹp sắc sảo, son phấn loè loẹt đang ngồi đánh bài với mấy cô gái cũng lòe loẹt phấn son.

Phượng run run báo tin. Bà Dì ghẻ lặng người, ném con bài xuống tấm phản gỗ:

- Con phản phúc. Uổng công bà nuôi mày bao nhiêu năm. Bây giờ chỉ nhờ mày trả giúp bà ít nợ mà mày trả công bà bằng cách này? Muốn tự tử sao không chọn lúc khác, trả xong nợ rồi hãy chết có được không....

Ở nơi xa, người Cha đang ôm súng băng mình qua con sông lầy lội dưới lằn mưa đạn. Tiếng hát của cô ca sỹ vẫn văng vẳng trong chiếc radio nhỏ : *« mong sao biên cương chiều nay không gió, không mưa...»*. Đâu đây, khói súng vẫn mịt mờ bay...

Hải Phong

Tây Nguyên

Thơ Nguyễn Hải Bình

Rời Sài Gòn Đoàn lữ hành tây tiến
Qua Bình Dương vào quốc lộ, hướng Tây Nguyên.
Nắng sớm đang lên
Len giữa rừng cao su dọc đường 14
Những đồi cà phê ẩn mình trong sương sớm
Những đồi trà xa tít tận Bù Đăng;
Gió đem về mây trắng giăng giăng
Trường Sơn Tây xa mờ ẩn hiện:
Từng địa danh xưa, một thời chinh chiến
Giọng hát Nhật Trường "Người ở lại Charlie"

Góa phụ năm nào, giọt lệ ướt mi:
Người nằm xuống của đôi bên, Đồng
Xoài, Kontum, Tân Cảnh ...
Nắng hôm nay, dọc đường lóng lánh
Bông Dạ quì nương gió phất phơ bay
Đường Tây nguyên là của hôm nay
Xe lữ khách giữa đàn dê lững thững,
Xe công nông chở người vượt dốc
Những trẻ em chân đất đến trường
Cây khoai mì, luống mía trên nương
Như đan kết, ôm vòng quanh quốc lộ
Hoàng hôn xuống mây trắng về theo gió
Đèo Mang Đen lữ khách ghé thăm buôn
Rất ngọt ngào như tiếng gọi quê hương
Trong tĩnh lặng an bình tôi trở lại

Phi Lộ:

Lây lất bám theo chồng, có khi cùng cả bầy con nheo nhóc rày đây mai đó đến tận hỏa tuyến, là hình ảnh phu-phụ tình thâm không hiếm ở những binh chủng bộ binh quân lực VNCH, từ giới sĩ quan cấp thấp đổ xuống. Trong số ấy, chị vợ anh Địa Phương Quân kia đành dứt áo lìa chồng vừa tử thương, để vội bốc các con rời khỏi chiến hào. Trên đường xớn xác người mẹ bất hạnh cũng trúng đạn buông xuôi em nhỏ trên lưng mà mất; để lại hai gái trạc tám chín tuổi tấm tức khóc bên thằng cu con mê man.

Hai bé lớn lật đật hè nhau công kênh em út thất thểu chạy tiếp về mé bìa rừng. Kịp gặp cái hang to mau mau rúc xuống

Mà em nó đã tắt hơi. Bản năng sinh tồn giúp thân phận kẻ còn, vẫn còn. Lúc tạm yên tiếng súng chị em mon men mò ra ngoài hái lượm đến cả côn trùng. Rồi lén uống nước tận hố bom xa xa. Mãi hai tuần sau đôi hình nhân nhỏ giơ xương mới may được được ban hành quân Biệt Cách Dù tình cờ phát giác giải cứu.

Cảm kích sinh tình! Bài thơ muốn nhập luôn vào tâm trạng cô bé đầu lòng côi cút.

Giờ Chẳng Còn

Nước mắt rơi dở chừng chưa cạn,
Buồn em trai mất mạng ngay đơ.
"Mà thôi em hết còn lo,
"Chớ thân tụi chị ai cho yên lành?
Ầm ầm nổ tan tành sau trước,
Liều kiếm ăn, hốt nước hố bom.
Vái cho tan giặc sớm hôm,
Khỏi lòng địa ngục đen ngòm thê lương.
Đêm lạnh cóng chẳng nhường ngày đói,
Đổi an nguy tăm tối hầm sâu.
Mẹ cha trên cõi trời cao,
Miếng cho con cái ai nào đảm đương?
Giờ chẳng còn ai thương mình nữa,
Chỉ mỗi còn hai đứa cầm hơi.
Đau nào bằng cả chia phôi,
Mất cha, lìa mẹ, hỡi trời...
"Hu hu!"
"Ba má ơi ráng phò hộ nó,
"Làm chị Hai chết bỏ thì thôi.
"Cầu xin em gái sống đời,
"Còn người thương tưởng...
"Còn thời khói nhang.

Tiểu Bình

Nguyễn Hải Bình — THƠ

Nguyễn Hải Bình cựu học sinh Trung học Nguyễn Trãi (niên khoá 1950-1954), sinh năm 1934 tại Hải Dương; đậu Tú tài xong là nhận lệnh động viên (khoá 5 Thủ Đức), sau được về phục vụ tại trường Sinh Ngữ Quân Đội. Tốt nghiệp Tiến sỹ Kinh tế (ngành thuế vụ) tại University of Pittsbourgh (USA) 1969. Hoạt động trong lãnh vực giáo dục: từng là Giảng sư Đại Học Luật Saigòn; Champlain College, Bishop's University và Université de Sherbrooke tại Canada, và Khoa Trưởng Đại Học Kinh Thương Minh Đức, Sài Gòn (1971-75).

Tác phẩm văn học: *Vùng Yêu Đương (cùng Hải Phong, 1988); Một thoáng phù vân (Thơ-2009); Lần bước vào Thiền (Thơ-2014).*

Áo Trắng Gia Long

Hôm nay trời vào thu,
Canada gió lạnh sương mù.
Hàng phong đứng xác xơ trụi lá,
Em nhớ Sài-Gòn buổi nào bão lên gió cả;
Bỏ quê hương giữa tuổi nụ hồng,
Áo trắng Gia Long,
Xếp lại giấc mơ khung trời đại học.
Một lũ em ngược xuôi săn sóc,
Chợt thương cha vất vả trong tù.
Trời Sài-Gòn mỗi độ vào thu,
Nghĩa trang mẹ khói nhang tàn lạnh.
Đêm Montréal trời vắng sao lóng lánh,
Em một mình thui thủi đường dài.
Tuổi học trò mà chẳng có ngày mai,
Rưng rưng khóc, lấy ai chia niềm cay đắng?
Trời mưa, trời nắng,
Gót chân hồng lấm bụi đường xa...
Còn tìm đâu cho thấy ngón tay ngà,
Thời con gái nay lấm dầu xưởng máy?
Mắt hết trong như trời xanh thuở ấy,
Má phai hồng, nhan sắc nửa tàn phai!
Gặp chị Trưng Vương áo trắng thở dài,
Vuốt tóc em, chuyện đường đời mình thương nhau kể lể:
"Cố giữ lòng mình đi bé!
Chuyện tình buồn của chị em thấy không?
Đường bé đi sẽ còn có nắng hồng,
Và đời chị còn đứa con yêu dấu!"

Đại Hội Nguyễn Trãi Thế Giới Qua Từng Thời Kỳ

I

2012

II

2014

III

2016

Đại Hội Nguyễn Trãi Thế Giới Qua Từng Thời Kỳ

IV

2018

V

2020

VI

2022

Thương nhớ về nhau

Nhạc và lời : Vũ-Lương-Đúng (VTĐD)

Đặc San Nguyễn Trãi

Ngày Tựu Trường

Nguyễn Duy Vinh (NT 1958-1964)

Trong lúc chưa tìm được nguồn cảm hứng để viết một bài mới cho Đặc San NT 2024, tôi có thu nhặt được một số bài do các nhà văn nổi tiếng viết hoặc dịch về ngày tựu trường và tôi xin lần lượt trình bày dưới đây với mục đích duy nhất là cố đem đến cho người đọc một vài giây phút thoải mái.

Bài đầu tiên là bài thuộc loại "classique" nổi tiếng của Thanh Tịnh, bài "Tôi đi học".

Hằng năm cứ vào cuối thu, lá ngoài đường rụng nhiều và trên không có những đám mây bàng bạc, lòng tôi lại nao nức những kỷ niệm hoang mang của buổi tựu trường. Tôi không thể nào quên được những cảm giác trong sáng ấy nảy nở trong lòng tôi như mấy cành hoa tươi mỉm cười giữa bầu trời quang đãng.

Những ý tưởng ấy tôi chưa lần nào ghi lên giấy, vì hồi ấy tôi không biết ghi và ngày nay tôi không nhớ hết. Nhưng mỗi lần thấy mấy em nhỏ rụt rè núp dưới nón mẹ lần đầu tiên đến trường, lòng tôi lại tưng bừng rộn rã. Buổi sáng mai hôm ấy, một buổi mai đầy sương thu và gió lạnh. Mẹ tôi âu yếm nắm tay tôi dẫn đi trên con đường làng dài và hẹp. Con đường này tôi đã quen đi lại lắm lần, nhưng lần này tự nhiên tôi thấy lạ. Cảnh vật chung quanh tôi đều thay đổi, vì chính lòng tôi đang có sự thay đổi lớn: Hôm nay tôi đi học.

Bài tiếp là bài "La rentrée des classes" của đại văn hào Anatole France, xin xem bài dịch phía dưới.

Je vais vous dire ce que me rappellent, tous les ans, le ciel agité de l'automne et les feuilles qui jaunissent dans les arbres qui frissonnent, je vais vous dire ce que je vois quand je traverse le Luxembourg dans les premiers jours d'octobre, alors qu'il est un peu triste et plus beau que jamais, car c'est le temps où les feuilles tombent une à une sur les blanches épaules des statues. Ce que je vois dans ce jardin, c'est un petit bonhomme qui, les mains dans ses poches et sa gibecière au dos, s'en va au collège en sautillant comme un oiseau. Ma pensée seule le voit, car ce petit bonhomme est une ombre : c'est l'ombre du moi que j'étais il y a vingt-cinq ans....Maintenant qu'il n'est plus, je l'aime bien. Il était bien étourdi, mais il n'était pas méchant et je dois lui rendre cette justice qu'il ne m'a pas laissé un seul mauvais souvenir. Il est bien naturel que je le regrette ... et que mon esprit s'amuse à enranimer son souvenir.

Il y a vingt-cinq ans, à pareille époque, il traversait, avant huit heures, ce beau jardin pour aller en classe. Il avait le coeur un peu serré : c'était la rentrée. Pourtant, il trottait, ses livres sur son dos et sa toupie dans sa poche. L'idée de revoir ses camarades lui remettait de la joie au coeur. Il avait tant de choses à dire et à entendre ! ... Et puis c'est si bon de retrouver des camarades. Combien il lui tardait de revoir

Fontanet qui, pas plus gros qu'un rat et plus ingénieux qu' Ulysse, prenait partout la première place avec une grâce naturelle ! ... C'est ainsi qu'il traversait le Luxembourg, dans l'air frais du matin. Tout ce qu'il voyait alors, je le vois aujourd'hui. C'est le même ciel et la même terre ! Lui seul n'est plus.... C'est pourquoi, à mesure que je vieillis, je m'intéresse de plus en plus à la rentrée des classes ...

Bài dịch sau đây tôi không biết tên tác giả, tìm được trên mạng :

Tôi sẽ nói với bạn điều mà hằng năm làm cho tôi nhớ lại, đó là bầu trời mùa thu vần vũ, những bữa ăn tối dưới ánh sáng ngọn đèn và những chiếc lá bắt đầu vàng trên hàng cây lay động ; tôi sẽ nói với bạn điều mà tôi trông thấy khi tôi băng ngang khu vườn Lục-xâm-bảo (Luxembourg, Paris VI) trong những ngày đầu tháng mười ; lúc bấy giờ khu vườn hơi buồn và đẹp hơn bao giờ hết ; vì đó là lúc lá vàng rơi từng chiếc trên bờ vai trắng của những pho tượng . Điều mà tôi thấy lúc bấy giờ trong khu vườn ấy, đó là một cậu bé, hai tay thọc vào túi, và cặp da trên lưng, đi tới trường vừa nhảy nhót tung tăng như một con chim sẻ . Chỉ có trí tưởng của tôi trông thấy cậu bé ấy mà thôi ; vì cậu bé ấy, chính là một cái bóng ; đó là cái bóng của chính tôi cách đây hai mươi lăm năm . ...Cách nay hai mươi lăm năm, cùng lúc này, cậu bé ấy băng ngang khu vườn xinh đẹp kia trước tám giờ để tới trường . Cậu ta cảm thấy lòng se thắt vì hôm ấy là ngày khai trường. Tuy nhiên cậu ta nhảy tung tăng, sách vở mang trên lưng, và con vụ (con quay) trong túi. Ý tưởng gặp lại bạn bè làm cho cậu ta cảm thấy vui ngay trong lòng. Cậu bé sẽ có biết bao câu chuyện để nói và để nghe . Thế là cậu bé băng ngang vườn Lục-xâm-bảo trong cái mát mẻ của buổi sáng . Những gì cậu bé trông thấy lúc bấy giờ, hôm nay tôi trông thấy lại .
Cũng cùng khung trời và cùng lối đi, cảnh vật còn giữ linh hồn của ngày xưa, linh hồn đó có làm cho tôi vui, làm cho tôi buồn và làm cho tôi bâng khuâng ; duy chỉ có cậu bé ấy, ngày nay không còn nữa . Vì vậy khi tôi ngày càng già đi, tôi càng quan tâm nhiều hơn tới ngày khai trường.

Và đây là một bài nữa chép từ quyển Tâm Hồn Cao Thượng do ông Hà Mai Anh dịch, bài này hầu hết các bạn ở "đội ngũ" tuổi U70 đều biết :

Hôm nay là ngày khai trường. Mấy tháng hè đã thoáng qua như giấc mộng. Sáng nay, mẹ tôi đưa tôi vào trường Baretti để ghi tên lên lớp ba. Đi đường, óc tôi cứ vơ vẩn đến chốn thôn quê, lấy sự đi học làm ngại. Phố nào cũng thấy nhan nhản học trò. Hai hiệu sách lớn chật ních những phụ huynh vào mua sách vở, giấy, bút cặp da. Cửa trường đông nghịt những người, cảnh binh và người gác cổng phải khó nhọc mới mở được một lối vào.

Vừa bước qua cổng trường thấy một bàn tay vỗ vào vai, tôi giật mình ngoảnh lại thì ra thầy giáo lớp hai tôi học năm ngoái, mái tóc đỏ hoe vẫn để rối, nét mặt vẫn tươi, thầy bảo tôi :
- Enricô ơi! Thầy trò ta từ nay chia tay nhau nhỉ?
Điều ấy, tôi đã nghĩ đến, nay thầy tôi lại nhắc, khiến tôi thêm chạnh lòng ...

Trong một bức thư viết cho con là Enricô, có đoạn dịch thật hay của ông Hà Mai Anh mà tôi nghĩ với tình cảnh quê hương Việt Nam hiện nay, tôi cũng xin chép lại dù nó không liên quan đến ngày tựu trường :

Tại sao con yêu xứ sở của con ? Câu hỏi ấy chẳng làm nẩy nở trong óc con biết bao nhiêu là câu trả lời hay sao ? Tôi yêu xứ sở của tôi vì mẹ tôi sinh trưởng ở đấy ; vì nguồn máu trong huyết quản của tôi đều là của người ; vì trong khu đất thánh kia đã chôn vùi tất cả những người quá cố mà mẹ tôi thương, mà cha tôi trọng ; vì cái đất mà tôi sinh, thứ tiếng tôi nói, quyển sách tôi học, các em tôi, chúng bạn tôi và một dân tộc lớn chung sống với tôi, cảnh đẹp của tạo hóa bao bọc chung quanh tôi, tóm lại tất cả những sự vật mà tôi đã trông thấy, tất cả

những cái gì mà tôi yêu, tất cả những cái gì mà tôi quí, nhất nhất đều thuộc về xứ sở của tôi cả. Bây giờ còn bé, con chưa hiểu thấu được thế nào là lòng yêu nước. Rồi ra con sẽ biết. Khi du lịch ở xa về, một buổi sáng, đứng tựa bao lan tàu con thấy ở chân trời một dãy núi xanh của xứ con hiện ra, bấy giờ con sẽ thấy tràn lệ cảm ở trong lòng con dâng lên và miệng con buột ra những tiếng kêu mừng rỡ.
Con sẽ cảm thấy tình yêu nước khi con ở nước ngoài chợt nghe thấy một người trong đám thợ thuyền nói tiếng nước con, theo lòng con xui giục, tự nhiên con đến hỏi chuyện người thợ không quen ấy.
Con sẽ cảm thấy tình yêu nước, khi con nghe thấy người ngoại quốc lăng mạ xứ sở con, lòng tức giận sẽ làm cho con nóng mặt.

Con sẽ cảm thấy tình yêu nước mạnh mẽ và tôn đại hơn nữa, nếu một ngày kia, nước địch vô cớ giày xéo vào đất ta ; lúc ấy con sẽ thấy nào cha hôn con khuyên câu "dũng cảm", nào mẹ tiễn con hẹn lúc "khải hoàn". Con sẽ cảm thấy tình yêu nước khi con trông thấy những đội quân vất vả trở về với những khúc ca chiến thắng.

Con sẽ cảm thấy tình yêu nước khi con trông thấy lá cờ quốc gia (...) bị bắn tả tơi đi đầu một toán người nghĩa dũng, ai nấy đều phô cao cái trán buộc băng hay cái tay bị bó, trong đám đông dân chúng hoan hỉ, người ta ném hoa mừng và hô những lời chúc tụng.

Con ơi ! Bây giờ con đã hiểu thế nào là lòng ái quốc. Đó là một điều rất to tát, rất thiêng liêng. Ví một ngày kia, ta trông thấy con về trận được an toàn, nhưng được tin con đã lẩn lút để tránh cái chết, thì cha đây, cha vẫn đón con lúc đi học về bằng tiếng cười vui vẻ, bấy giờ cha sẽ đón con bằng những tiếng khóc xót xa. Cha sẽ không thể thương con được nữa và sẽ đâm tim mà thác cho rồi!
Cha của con

Rồi lại còn bài này thật hay của nhà văn Nguyễn Khắc Mẫn trong quyển truyện ngắn Nỗi lòng (các bạn có thể tìm đọc được cả quyển trên trang mạng Việt Nam Thư Quán) :

Mồng một tháng chín tây. Ngày khai trường. Trên đường cái học trò hớn hở cắp sách đi học. Đã hai tháng rưỡi, hôm nay mới lại thấy các cô bé, các cậu bé, họp từng bọn đi vớinhau, nói cười vui vẻ. Khác ngày thường, là bên cạnh những bạn trẻ nhanh nhẹn, liến thoắng, ta thấy những học trò ngây ngô, ngơ ngác, rụt rè đi sau ông cụ già hay người lớn tuổi. Đấy là các cậu học trò mới theo cha anh đến trường xin học.

Với những bức tường mới quét vôi lại sáng sủa, với cái sân rộng sạch sẽ, cỏ cắt sát mặt đất, trường có vẻ mới hẳn.

Trong sân trường, vẻ tấp nập lại hiện ra. Các cậu bé chạy, nhảy, đuổi nhau, gào thét. Các cậu nhớn ra vẻ đứng đắn hơn họp lại từng bọn, nói chuyện về các thú vui của mình trong những ngày nghỉ. Những người mới học một năm ở lớp nhất và thi hỏng kỳ mới rồi, lại bẽn lẽn cắp sách đi học, đứng riêng ra một góc trường. Còn học trò mới thì đứng ngây người ra xem các học trò cũ cười nói nô đùa, ước ao được vào học như họ, hoặc đi lại trước cửa các lớp, nhìn vào những dãy bàn ghế kê có thứ tự, những địa đồ tranh ảnh treo trên tường.

Tôi xin ngừng đây và sẽ cố gắng tìm cảm hứng để viết một bài mới cho ĐSNT 2024

Nguyễn Duy Vinh (NT 1958-1964)

Ban Biên Tập Y Chang!

Ban Biên Tập kỳ này bốn "trự"
Vốn xuất thân văn sĩ "gà què"
Tay búa, tay dùi toan đục đẽo
Chẳng dè lại gặp toàn bài hay
Đều thuộc loại "phun châu nhả ngọc"
Thôi thì đành cứ thế - y chang!
Cùng nhau gẩy khúc tình tang...tang tình!

THƠ

Bé Thương

Tiểu Bình

Thời sự 2021- Bé gái Miến-Điện vừa bị quân phiệt nhẫn tâm sát hại trước mặt cha mình.

1 Sao đành giầy nát nụ hồng tươi?
"Má phính ơi,
"Hết cả đau rồi.
"Bé thương,
"Tôi nói gì đây nữa?
Nước mắt chưa rơi đã nghẹn lời…

2 Sồng sộc lính xông vào khắp lối,
Dẹp biểu tình chống đối liều thân.
Độc tài tham lận bất nhân,
Chăm ăn hại nước quốc dân xá gì.
Hoảng hốt nhắm nghiền mi run rẩy,
Tay bưng tai ngoài đấy hét hò.
Quân ta hay lũ côn đồ?
Súng căng bụng đạn tha hồ vãi vung.
Rầm rập giầy đinh lùng quanh phố,
Giật nẩy mình nai trố mắt nhìn,
Ác nhân nanh vuốt hiện hình,
Vội ù té lại cha mình náu thân.
Chỉ đôi bước kịp gần tay đỡ,
Thôi rồi em đạn nỡ vụt bay.
Chao ôi cầy nát thân này,
Ngón cò máu lạnh buồn thay bất tình!

3 "Bố ơi ời" chỉ nhìn trân trối,
Cố rướn lên chẳng tới được người.
Thất thanh chưa kịp tròn lời,
"Cứu con với" đã mất rồi tuổi thơ.
Cứu ai đây? Ta giờ muốn chết,
Chặt vòng tay bê bết máu đào.
Siết con nấc tiếng nghẹn ngào,
Thế là bố mẹ còn đâu bé mình?
Thế là hết miệng xinh thỏ thẻ,
Hết còn ôm chân mẹ vòi ăn.
Còn đâu chăm bẵm dỗ dành?
Còn ai nũng nịu khôn đành rời xa?
Còn ai trên tay ta mềm rũ?
Khổ thân con lĩnh đủ tội trời.
Từ-bi chùa tháp mười nơi,
Nơi nào cho trẻ tàn đời giải oan?
4 Thế là xong ách sài lang,
Bước em thui thủi Thiên-Đàng đơn côi.
"Bố ơi, hết cả đau rồi,
"Mà sao mắt ướt mãi thôi…
"Nhớ nhà!

Mùa Thu Canada

Nàng dâu NT (Đông Nguyễn NT 58)

Nguyên Nhung

Năm ấy, mùa thu hình như đến muộn ở khắp nơi, cuối tháng Chín chúng tôi có một chuyến đi tìm mùa thu phương xa, nhưng nơi tôi đến, hai thành phố Ottawa và Montréal vẫn óng ả một màu xanh cuối hạ. Trời chỉ hơi lành lạnh, nắng ấm vẫn reo vui trên sân cỏ mượt, trong mấy ngày ở đây tôi lang thang leo đồi chờ lá vàng mùa thu, nhưng chỉ có chút heo may làm se sắt lòng người phương xa.

Lần này là lần thứ hai tôi trở lại căn nhà ở Ottawa có khung cửa sổ mở rộng, nhìn ra bên ngoài cảnh vật tự nhiên thay cho một bức tranh bốn mùa. Phía sau nhà là mảnh vườn nhỏ, cách với con đường bằng một hàng rào dây leo quấn quýt, vài cây thông xứ lạnh vẫn óng lên màu xanh biêng biếc.

Tôi đi tìm mùa thu phương xa,
Trời mới vào thu lá vàng chưa chín
Vẫn biêng biếc một màu xanh cuối hạ
Nắng nghiêng nghiêng trên bãi cỏ sau nhà

Ottawa là thủ đô và là thành phố lớn thứ tư của Canada và cũng là thành phố lớn thứ nhì của tỉnh bang Ontario. Ottawa nằm trong thung lũng sông Ottawa phía bờ Đông của tỉnh bang Ontario, cách Toronto 400 km về phía Đông Bắc và Montreal 190 km về phía Tây. Ottawa nằm trải dài theo bờ sông Ottawa, con sông này ngăn cách tỉnh bang Ontario và Québec.

Tuy tiếng là thủ đô của một quốc gia, nhưng thành phố Ottawa bằng phẳng không núi non và không đẹp bằng thành phố Québec hay vùng ngoại ô của Mộng Lệ An. Đời sống tương đối bình lặng và êm đềm, dân số không đông đảo và phức tạp như ở Toronto và Montréal. Ở đây mọi giao dịch đều sử dụng hai ngôn ngữ là tiếng Anh và tiếng Pháp. Đây là lần thứ ba đến Ottawa, đã hai lần được người nhà chở đi thăm viếng những công trình xây dựng theo lối cổ, như toà nhà Quốc Hội, Dinh Toàn quyền Rideau, Toà Nhà Liên Bang. Gần đó có một vườn hoa rất rộng trồng đủ loại hoa rất đẹp, khi tôi đến đây trời đã sang thu, hoa không còn tươi tắn như mùa hè nhưng vẫn đủ sức thu hút du khách ghé vào ghi lại những bức ảnh kỷ niệm.

Vài ngày đến thăm gia đình người thân ở Ottawa qua nhanh, chúng tôi lên đường sang Mộng Lệ An thăm bạn, đây cũng là lần thứ hai đến thành phố này và thú thật là người phương xa thường luống cuống với hệ thống giao thông ở Mộng Lệ An. Hình như có những con đường người ta sửa hoài mà vẫn chưa xong, từ muà hè năm 2008 mà sau 3 năm sửa đường lúc nào xe cộ cũng ứ lại vì tắc nghẽn trong những giờ cao điểm.

Mộng Lệ An đối với tôi hình như thân thiết hơn các nơi khác của Canada mà tôi đã ghé qua, gắn bó bởi cái tình bạn do văn chương mà có. Lần nào đến tôi cũng chạy ngay ra mảnh vườn sau nhà bạn, mảnh vườn thật đẹp, cây chen hoa cứ như là muôn loài kỳ hoa dị thảo ở đâu đâu đều tụ lại trong mảnh vườn của bạn, qua sự chăm sóc chu đáo của chủ nhân. Tuy đã vào thu mà hoa vẫn nở rộ, những cành hoa tím ẻo lả thả mình xuống rừng cúc vàng rực, toàn những màu sắc hoà hợp lạ lùng để tạo nên bức tranh mùa thu vô cùng rực rỡ.Bạn bảo mùa đông ở đây kéo dài với những tháng ngày lạnh buốt, lại mưa nhiều, khi trời vào xuân sang hè, tuyết tan thật nhanh và nước giữ lại trong đất cho hoa cứ thế mà hối hả vươn lên xanh tươi lạ lùng, nhất là loại thông xứ lạnh lá màu xanh bạc là vẻ đẹp khó tìm được ở những vùng nhiệt đới.

Buổi sáng trong vườn trời xanh đẹp quá
Gió mênh mang trên những ngọn thông già
Tít trên cao nghe đất trời kể lể
Chuyện cuộc đời và chuyện ở quanh ta

Có một nơi tôi nhớ mãi đó là thành phố Québec khi chúng tôi đến thăm, thủ phủ của tỉnh bang và cũng là thành phố du lịch có mùa thu tuyệt vời với những rừng lá vàng lá đỏ. Nơi ấy tôi đã gặp bức tượng chân dung cụ Nguyễn Trãi, trong một chiều lang thang dưới cơn mưa, như kẻ "tha hương ngộ cố tri", lòng lại bồi hồi một nỗi buồn không đâu khi bất chợt thấy nhau nơi xứ lạ quê người:

"Tàng cây sũng nước trời thổi gió
Người đến nơi đây tự thuở nào?
Phải chăng đồng cảnh đời lưu lạc
Mà mắt rưng buồn như ướt mưa"

Chen lẫn những ngày nắng đẹp, Mộng Lệ An vẫn sũng ướt trong mưa, buồn lạ lùng. Lần này bạn tôi đưa khách đi hành hương hai địa điểm tôn giáo, đó là Đền Thánh Giuse nơi nghe kể nhiều người từ các nơi trên thế giới đổ về đây, họ đã nhận được nhiều phép lạ chữa lành từ vị Thánh của giáo hội Công Giáo. Trời hôm ấy rất âm u nhưng không mưa, vài khách hành hương cầu nguyện trong đền thờ cổ kính, đứng từ trên cao nhìn xuống phố xá chìm trong màu mây ảm đạm.

Ngày hôm sau nắng đẹp, mọi người rủ nhau đi viếng chùa Đại Tùng Lâm, nằm cách Mộng Lệ An khoảng hơn một giờ lái xe. Con đường đến chùa đi ngang một thành phố núi tuyệt đẹp, nghe kể mùa đông nơi đây đã thu hút hằng nghìn người đến trượt tuyết, và khi mùa thu thực sự đến lá đổi màu, những cánh rừng và đồi núi sẽ biến thành bức tranh tuyệt tác của thiên nhiên.

Con đường ngoằn nghoèo đưa đến ngôi chùa xa, đường trải nhựa nhưng có chỗ vẫn còn lổn nhổn đất đá, tuy vậy vẫn thu hút khách thập phương tìm đến, trước để lễ Phật sau cũng là để ngoạn cảnh. Thật vậy, tuy chùa còn đang xây dựng dở dang nhưng cảnh lại đẹp như tranh vẽ, không khí tĩnh mịch của cửa Thiền trong một ngày vắng vẻ, khiến tôi lan man nghĩ đến cảnh chùa Long Giáng với tác phẩm "Hồn Bướm Mơ Tiên" của nhà văn Khái Hưng trong "Tự Lực Văn Đoàn". Bách, tùng, thông, phong, núi, rừng tạo nên một phong cảnh hùng vĩ để ngôi chùa nổi bật giữa thiên nhiên, chưa kể hồ nước trong xanh lác đác hoa sen, hoa súng, ông trời lại còn in xuống đáy hồ thăm thẳm những gợn mây trắng tầng tầng thì không còn cảnh nào an tịnh hơn để lòng người càng lắng xuống.

Hơn mười ngày rong chơi rồi cũng trôi qua, mùa thu vẫn chưa thật sự đến hay chỉ thả chút heo may thêm nỗi buồn vu vơ vào những tâm hồn đa cảm. Chuyến về, từ Ottawa phải ghé vào phi trường O'Hair ở Chicago để chuyển máy bay, tuy phải chờ đợi khá lâu nhưng chuyến trở về Houston, ông trời lại đãi ngộ cho tôi một vầng trăng bay theo, và chưa bao giờ tôi có cảm tưởng được gần trăng như vậy.

Từ máy bay nhìn xuống, thành phố Gió về đêm tuyệt đẹp chi chít ánh đèn như cảnh bồng lai, đã nằm lại khi con tàu bay vút lên cao, lúc ấy đã có một vầng trăng lơ lửng bay theo:

"Rồi tôi cũng về, về lại Houston
Chuyến bay đêm có vầng trăng đưa đón
Trời nhung thẫm, bóng trăng treo lồng lộng
Theo chuyến tàu đêm trăng đón tôi về"

Trăng đêm ấy đẹp quá, chưa phải đêm rằm mà trăng đã tròn như một cái đĩa bạc, treo lơ lửng trên bầu trời đêm bay theo về đến tận nhà. Trong khung cửa nhỏ của con tàu, tôi ngoái nhìn vầng trăng bay theo mà cứ ngỡ trăng là người bạn tri kỷ, đã đón tôi về dù không hề hò hẹn:

"Rất tình cờ Trăng chẳng nói đón đưa
Trăng vẫn đến dù không lời hò hẹn
Trăng chan chứa ân tình nơi tôi đến
Trăng thuỷ chung theo từng bước tôi về"

Ánh trăng đêm ấy dịu dàng tỏa ánh sáng dịu hiền xuống vạn vật, khiến những dòng sông vạt rừng trở nên huyền mộng đẹp lạ lùng. Trăng vẫn đi theo suốt chuyến bay dài, và tôi bỗng bật cười khi hiểu rằng chỉ có con tàu chuyển động, như con người đi khắp nơi mà vầng trăng thì vẫn ở đó chung thuỷ đợi chờ. Miên man nhìn trăng tôi lại nhớ đến những người bạn mình vừa chia tay, cái tình ấy cũng đầy như một vầng trăng, để khi tôi đến lúc tôi về, vẫn mang theo cái tình ấm áp ấy.

Mùa thu 2018, 7 năm sau một lần nữa không hẹn mà tôi cũng trở lại Canada, lần này giữa tháng 10 nên mùa thu không lỗi hẹn. Trước cửa nhà lá vàng khô đã phủ đầy và thời tiết tháng Mười đã buốt giá để chuẩn bị cho mùa đông sắp về với xứ lạnh. Lần tái ngộ này tôi có nhiều thời gian để nhìn dung nhan mùa thu qua nhiều sắc áo mà màu nào cũng đẹp. Rừng phong lá đỏ như một người đàn bà đẹp có sức quyến rũ làm xao xuyến tâm hồn, lá nâu chuyển qua màu tím xậm như chút u buồn của mùa thu cô đơn. Đi qua những con đường về hướng Bắc lại là một khám phá tình cờ vẻ đẹp của rừng thu, lá vàng óng ả run trong gió lạnh và sương sớm tựa như khói bao trùm vùng núi non lặng lẽ.Khi về tôi lại làm thơ, bài thơ thay cho lời cảm ơn những ân tình mà chúng tôi nhận được sau gần hai tuần lễ hưởng trọn vẹn mùa thu Canada.

Mùa Thu Canada

Mùa Thu Canada
Một lần quay trở lại
Bạn bè bao năm trước
Vẫn ấm tình phương xa

Những con đường ngập lá
Lặng lẽ không người qua
Mùa thu hiu hiu gió
Lá rớt trên mặt hồ...

Rừng lá vàng lá đỏ
Lẩn khuất trong chiều sương
Vách núi từ muôn thuở
Lặng đứng im bên đường

Mùa thu lòng bỗng nhớ
Vài bóng hình thân quen
Thời gian như cơn gió
Đã cuốn trôi về đâu?
Mùa thu cơn mưa ngâu
Bên hiên nhà tí tách
Chiều mênh mang nỗi nhớ
Trong từng giọt mưa mau…

Dù đẹp tới đâu thì mùa thu cũng phải ra đi nhường bước cho một mùa đông gía lạnh, lúc đó tôi đã trở lại nơi tôi ở đón một mùa thu muộn màng ở phương Nam.

Nguyên Nhung

Nhà Xưa

Thảo Ly

Năm đầu tiên bà mẹ nuôi của chàng dọn vào chỗ ở mới dành cho người hưu trí, hai đứa tôi về thăm không ở hotel mà vẫn ở căn nhà cũ vì bà còn giữ lại chưa muốn bán.

Trong vườn, giàn nho vẫn mướt xanh. Những bụi hoa hồng màu đỏ, màu cam rực rỡ đua nhau khoe sắc thắm. Đám Iris đủ màu mọc lan đầy ở sân trước, vườn sau và cây hoa Dogwood màu trắng đẹp kiêu sa với dáng mỏng manh. Bà tặng tôi Iris, Belonia và cây thông nhỏ còn trong chậu, bảo đem về Texas trồng. Tôi chất hết vào chiếc vali lớn cũng của bà, coi như giữ lại kỷ niệm của khu vườn cũ và một thời du lịch khắp nơi trong quá khứ. Chàng ngắt trái cà chua nhỏ, cẩn thận mang về để lấy hột trồng. Tôi còn đem về hai trái bí đỏ bà để dành cho hai đứa sau mùa thu hoạch vì biết chúng tôi thích đút lò, khi bí chín chỉ bỏ thêm bơ rồi múc ăn, cảm nghe vị béo của bơ quyện trong vị ngọt bùi của bí ngấm dần. Bí của bà mẹ già hơn 90 tuổi, tự tay trồng để dành cho hai đứa con xa, bảo sao chẳng ngọt ngào vì thấm đượm tình thương.

Về nơi ở mới bà lạc lõng nhiều bởi còn vương vấn ngôi nhà cũ. Không còn xới đất trồng rau cải, trồng đậu, trồng cà, củ hành, măng tây với trồng hoa...bà thẫn thờ như đánh mất chính mình để sống cuộc đời mới dẫu đã dự định từ nhiều năm về trước. Mảnh vườn sau thật rộng với dốc cao vì ở đây gần phố núi. Tôi nghĩ sức tôi không kham nổi, vậy mà năm nào bà cũng trồng rồi đóng hộp đủ loại rau củ, chất trong kệ lớn dưới basement để ăn dần trong suốt một năm. Nhớ vườn cũ mỗi ngày bà vẫn chạy về, cắt vài nhánh hoa hồng cắm trong bình hoa đặt ở bàn ăn, đào lên một vài củ hành Tây hay hái trái cà chua vừa chín tới...Chút niềm vui còn sót lại rồi cũng hết sau khi căn nhà đó qua tay chủ mới. Bà ngậm ngùi nói với hai đứa tôi, mong sao người chủ mới cũng là người yêu hoa trái, sẽ tiếp tục trồng trọt chứ không dẹp bỏ mảnh vườn bà dày công vun xới mấy mươi năm.

Đám con cháu nhìn bà héo úa càng thêm lo lắng. Đứa cháu gái nghĩ tới chuyện mua chậu lớn, đặt bên khung cửa sổ thật rộng ở phòng khách của bà bây giờ để bà trồng vài thứ cho nguôi buồn. Nhưng bản tính của bà không dễ gì chấp chịu, mỗi khi làm việc gì là nhất định phải gặt hái kết quả khả quan. Với bà việc trồng cây trong chậu lớn để bên cửa sổ chỉ là việc làm cho có nên bà không tha thiết.

Rồi cúm tàu ập đến, nỗi buồn xa lìa ngôi nhà kỷ niệm với mảnh vườn rộng chưa nguôi thì nỗi lo, nỗi khát khao gặp mặt người thân tưởng chừng như kéo dài không biết tới chừng nào. Vé máy bay tôi mua rồi đành phải cancel. Hai đứa không thực hiện được lời hẹn về thăm mỗi năm một lần như đã hứa. Đám con cháu ở gần cũng không được vào ra thăm viếng. Mỗi lần nói chuyện qua phone, nghe tôi với chàng nói nhớ quá mà không về được, bà an ủi thôi thì nghe tiếng nói của nhau cũng đủ vui. Rồi bà buông tiếng thở dài. Phải chi ta còn ở căn nhà cũ thì đâu ai có thể cấm ngăn con cháu tới thăm. Rồi bà hỏi tôi trồng những gì ở vườn sau. Thỉnh thoảng ta có vào xem FB của con, thấy hoa trái con trồng đẹp lắm. Tôi biết bà ít dùng FB nhưng vẫn lặng lẽ dõi theo sinh hoạt của tôi ở nơi xa. Tôi hứa sẽ chụp hình sân trước, vườn sau gởi qua email cho bà như lời dặn. Lần đầu theo chàng đến thăm bà, tôi chụp thật nhiều hình vì vốn mê hoa và vẻ đẹp của thiên nhiên. Một lần bà chợt nhớ, hỏi tôi: Con có thể gởi cho ta tấm hình chụp trước sân nhà năm đó hay không? Ta nhớ khi con đến là mùa Xuân, trong sân có rất nhiều hoa. Ta muốn được nhìn lại hình ảnh đó. Tôi hứa sẽ tìm để gởi bà nhưng rồi thất vọng não nề, bởi những tấm hình đó vẫn còn trong memory card của máy chụp hình tôi không xử dụng lâu rồi, bây giờ tìm không thấy cái thẻ memory nhỏ bé đó nơi đâu. Tôi tự trách mình ơ hờ, không download giữ lại trong laptop như chàng thường nhắc.

Mùa Xuân năm nay hai đứa về thăm. Bà mẹ nuôi giờ đây sắp bước qua tuổi 93. Bà muốn chúng tôi về trong dịp lễ Easter. Sau mấy năm sống trong khu nhà của người già bà cũng nguôi ngoai nhớ tiếc mảnh vườn xưa. Con chở chúng tôi đi ngang qua nhà cũ, mùa Xuân hoa đang nở rộ trước sân nhà. Cây hoa dogwood vẫn còn bên lối đi vào, dáng đứng vút cao với hàng triệu đóa hoa trắng muốt mong manh, như nàng thiếu nữ đài các khoác trên mình chiếc áo màu lụa trắng, đẹp tinh khôi trong nắng gió mơn man. Dường như hầu hết những ngôi nhà dọc hai bên con đường dốc quanh khu xóm, đâu đâu cũng nhìn thấy hoa dogwood, đỗ quyên và Tulip. Không ai bảo ai, chúng tôi cùng dặn dò nhau đừng nói với bà mình có đi ngang qua nhà cũ. Hãy để cho kỷ niệm ngủ yên.

Cho đến bây giờ con mới kể tôi nghe. Lần đầu bố đưa cô đến thăm bà nội, bà nói với con: Cô gái nhỏ này rất yêu hoa lá, cỏ cây và đam mê trồng trọt. Ta nghĩ cô ấy sẽ rất vui khi sống ở đây. Con nói cho bà biết, cô không về đây mà bố sẽ rời khỏi nơi này. Bà lặng im trầm mặc, nghĩ đến ngày đứa con nuôi sẽ rời xa, đi về miền nắng ấm sau mấy mươi năm sống nơi phố chật có bốn mùa thật đẹp và cũng có vết thương cần chữa cho lành. Con nói với tôi bà nội là người cứng cỏi, nhiều nghị lực nên ít khi biểu lộ tình cảm ra ngoài. Vậy mà ngay lần gặp đầu tiên, tôi trở thành "little girl" bé bỏng mà bà hay nhắc khiến đám cháu con phải giả vờ ganh tỵ. Tôi không làm sao quên được lần đầu, bà hiện ra ngay sau cánh cửa khi nghe tiếng nói lao xao của chúng tôi ở ngoài sân, sao giống quá mẹ tôi những năm xưa. Vòng tay ôm của bà ấm quá, và rồi là bữa ăn đợi các con về. Trong giây phút đó tôi quên mình mồ côi mẹ đã từ lâu, tưởng như được sống lại những ngày êm đềm cũ.

Cuộc sống không ngừng thay đổi và bà cũng đổi thay để thích nghi. Lần này chúng tôi về, bà book sẵn phòng dành cho khách viếng thăm ở tầng ba của buiding rồi nôn nao chờ đợi. Con vẫn còn ở Raleigh, cách xa phố núi Winston Salem của bà hai tiếng lái xe và vẫn là người đón đưa, dành hết một tuần lễ ở cạnh tôi với chàng như những năm xưa. Hai mẹ con ghi xuống chương trình, trong đó hầu hết thời gian dành cho bà mẹ tuổi hạc mong manh, không biết có còn gặp lại lần sau. Con với tôi nhất định không để cho bà nấu như những lần về trước, vậy mà bà vẫn chuẩn bị sẵn sàng món điểm tâm cho bốn người trong từng buổi sáng. Sau tiếng gõ lên cánh cửa khép hờ, chúng tôi bước vào phòng thì mọi thứ đã sẵn sàng. Bà bảo tôi bỏ vào lò nướng bốn lát bánh mì, đợi cho vàng rồi phết bơ lên. Bà đứng trước bếp làm món scramble eggs sau khi những miếng bacon vàng ươm vừa mới chiên xong. Với bà chúng tôi luôn phải đúng giờ, vì thức ăn sẽ dọn lên bàn cho mọi người khi nấu vừa xong.

Ngoài những lần đi ăn, họp mặt gia đình chúng tôi có một buổi ăn tối trong nhà hàng nơi bà ở. Con nói trước với tôi, thực đơn như những nhà hàng bên ngoài nhưng nấu kiểu cho người già nên chẳng đậm đà. Tối đó bà không ngồi chung bàn với mấy người bạn già thân thiết thường ngày, mà bận rộn hân hoan giới thiệu chúng tôi với họ trong nỗi hạnh phúc có cháu con từ xa về cùng ăn tối. Tôi với con trai dành ra một buổi chiều làm món bánh xèo và gỏi cuốn trong căn bếp của bà. Hai món này thỉnh thoảng tôi nghe bà nhắc tới qua phone. Con nói rằng bà yếu nên ăn chẳng được nhiều như hồi trước. Tôi gật đầu. Miễn bà còn nghĩ đến, biết thèm dù ăn ít vẫn vui. Nói gì thì nói, bà vẫn làm món coconut cake nổi tiếng ngon của bà mà nhiều người thích cho tôi thưởng thức. Nghĩ đến món bánh phải mất mấy ngày mới ngấm để cho ra hương vị khó quên, tôi vừa ăn vừa xúc động, xót xa. Không thường ăn bánh ngọt mỗi ngày nhưng nghĩ đến công lao khó nhọc của bà

mẹ 93 tuổi còn nấu ăn, làm bánh cho con cháu nên cả ba chúng tôi cùng ăn với bà mỗi ngày, trong lúc tạm ngừng chơi game với nhau. Bà còn làm thêm strawberry cake những ngày sau và nấu một bữa tối thịnh soạn, theo kiểu miền quê trước lúc chia tay.

Con nói với tôi bà nội không thích chụp hình, vậy mà với tôi bà thường choàng tay âu yếm lên vai. Bà đội nón len, choàng những chiếc khăn tôi móc trong mùa lạnh, kể cả khoe với bạn bè khi đeo những cái mask tôi may gởi cho bà trong mùa dịch. Tôi hiểu hạnh phúc của bà cũng là hạnh phúc của tôi may mắn được hưởng khi không còn mẹ. Con còn nói sau khi tôi về, bà có chút băn khoăn khi thấy lần này tôi không uống nước trà chanh bà pha sẵn như dạo trước. Con nói cho bà biết chỉ vì tôi không quen uống bất cứ thứ nước gì pha với đường sweet n low. Bà tỏ ra lo lắng cho tôi vì sợ một ngày nào đó bệnh tiểu đường sẽ tới viếng bởi tôi không kiêng cử. Tôi cười. Bà ăn thịt mỡ, ăn country ham rất mặn, chỉ mới kiêng đường lúc gần đây mà 93 tuổi vẫn còn lái xe, nấu ăn, làm bánh, chơi game thắng liên miên, ba người mình thua thê thảm…thì đâu cần phải lo cho cô là người đi sau mấy mươi năm. Con đồng ý chuyện này liền. Thì con nói với bà nội đừng lo. Lần này bố với cô về ở cả tuần trong chỗ của người già, ăn chung nhà hàng nữa thì chuyện training kiêng cử sẽ theo sau không khó. Mà bà nội nói vì cô nhỏ bé nên đã làm cho bố từ tạng người to lớn, giờ đây ốm gầy cho xứng với cô! Chắc là bố bị ăn theo kiểu diet của cô, ăn không đủ cho nên như thế! Tôi cười. Lạ thật! Muốn cô kiêng cử mà bà không mừng cho "đôi trẻ" đến tuổi này còn thon thả chứ không nặng ký. Hai mẹ con tôi đồng ý với nhau. Nó nói bà nội bossy, háo thắng và thường chiến thắng trong nhiều lãnh vực. Chỉ với cô bà mới dịu dàng, tế nhị mà thôi. Con nhớ lời cô dặn nên nói với hai đứa cháu kia đừng bực mình hay cãi lại mỗi khi thấy bà ngang bướng. Bà là bảo vật mong manh, dễ vỡ. Mai này không gì có thể lấp vào khoảng trống bà để lại. Tôi mỉm cười hài lòng. Dù không gần, dù tiếng nói màu da khác biệt nhưng tấm lòng, tình thương xuất phát tự con tim đã đem con người đến gần nhau, gắn bó với nhau như đã từng là quyến thuộc, người thân.

Mother's Day năm nay tôi sẽ gởi cho bà tấm thiệp qua bưu điện và những hình ảnh mới của khu vườn nhỏ qua FB, bởi cây trái trong vườn đã khác mấy năm xưa, sau mùa bão tuyết ghé qua Houston dạo đó. Đời người vô thường, vạn vật quanh mình cũng không ngoại lệ. Tôi thầm nhủ hãy yêu thương thật nhiều khi còn có thể, để mai xa lìa lòng không hối tiếc, ngậm ngùi vì đã sống ở hờ.

Thảo Ly

Quỹ Học Bổng Nguyễn Trãi- 71-78

Trần Khánh Trung (NT 71-78) giới thiệu về "Quỹ Học Bổng Nguyễn Trãi 71-78 " tại trường Nguyễn Trãi năm 2023

Thầy HT đương nhiệm trao 3 giải thưởng cho 3 khối lớp 10, 11,12, HS XS nhất khối (trị giá 3 triệu VNĐ/ giải)

HS và SV nhận HB của "Quỹ Học Bổng NT 71-78 và Thân Hữu" năm 2023 (màu xanh là HS, màu đỏ là SV).

BĐH "Quỹ Học Bổng NT 71-78 và Thân Hữu" chụp hình lưu niệm với các học sinh nhận học bổng năm 2023.

Văn hóa Việt qua bộ môn hội họa

Nguyễn Văn Cấp
NT 68-75

Hình trên: VCF Exhibition Hall ở Trung Tâm NRG
Vinh danh văn hóa, Việt
Tự do công bằng bác ái, ta
Tương lai sáng lạn, Vang
CVN. (Thể thơ haiku 5,7,5 âm)

Hội Văn Hoá Khoa Học Việt Nam(VCSA) tại Houston đã mời nhóm COFFA (Circle Of Friends For Arts) tham gia Hội Chợ Văn Hoá Việt nam, Viet Cultural Festival (VCF) 2023 tại Houston. VCF đã chọn chủ đề văn hóa Việt Nam với mục đích duy trì và phổ biến đến cộng đồng Việt Mỹ ở Houston. Hưởng ứng lời kêu gọi và ước mong được phục vụ cộng đồng; Ngoài những tác phẩm nhiếp ảnh, Tôi còn đóng góp thêm vài tác phẩm hội hoạ về văn hoá Việt Nam cho cuộc triển lãm VCF nay. Nhiều bạn quen ngạc nhiên với sự trình làng của những bức tranh. Tôi cho họ biết khi xưa đã học 4 năm hội hoạ với thầy Nguyễn Văn Thịnh ở trường Nguyễn Trãi. Chúng ta ai đã học trung học đệ nhất cấp ở trường Nguyễn Trãi Sài Gòn đều được học môn hội hoạ. Riêng tôi được may mắn học bộ môn hội hoạ qua sự hướng dẫn của Thầy Thịnh Del. Hôm nay xin được chia xẻ với Thầy Cô và Anh Chi Em về những tác phẩm này qua sự diễn đạt của một học trò đã thụ giáo từ Thầy Thịnh qua bộ môn hội hoạ.

Quý vị chắc thường xem qua những tác phẩm nhiếp ảnh của tôi. Những tác phẩm nhiếp ảnh này đều phần nào chứa đựng những kiến thức về bố cục, màu sắc và ý tưởng tiếp nhận từ môn hội hoạ. Gần đây một số anh em lớn tuổi trong nhóm COFFA dần dần chuyển qua hội hoạ vì nhiếp ảnh đòi hỏi phải dành thời gian đi săn ảnh ở những nơi mới xa và lạ, nhưng nay chân đã mỏi gối mòn rồi chăng?. Tôi gần đây cũng dành một số thời gian ôn lại bộ môn hội hoạ, ký ức lại ập về trở lại thời gian học hội hoạ với thầy Thịnh Del.

Triển lãm VCF đã được tổ chức ở NRG Convention Center, khách thưởng lãm rất đông. Phía trước không gian triển lãm của nhóm COFFA là 4 bức tranh với kích thước lớn từ 40 x 30 inches đến 60 x 80 inches để phù hợp với một không gian rộng lớn ở NRG. Những tác phẩm này diễn tả về lịch sử và văn hóa Việt. Chúng cũng ghi lại sự tiến triển và hội nhập của người Việt ở Hoa Kỳ.

Một nhóm khách thưởng lãm người Mỹ đã tò mò và hỏi về những bức tranh triển lãm này. Tác giả đã giải thích cho họ như sau:

Bức tranh Hai Bà Trưng: Hai Bà Trưng là bực nữ lưu anh hùng của nước Việt Nam ngày xưa. Trưng Trắc, Trưng Nhị là hai chị em sinh đôi là con gái của Lạc tướng huyện Mê Linh. Cuộc khởi nghĩa của Hai Bà Trưng được nhân dân khắp nơi ủng hộ, tạo thành sức mạnh như vũ bão, đánh đuổi Tô Định phải bỏ chạy về nước. Dưới sự lãnh đạo của Hai Bà Trưng, nhiều cuộc khởi nghĩa địa phương được thống nhất thành một phong trào rộng lớn từ miền xuôi đến miền núi, bao gồm cả người Việt

Title: "The Two Trung Sisters"
Oppressed, humiliated.
Revolted, inspired, victory
Forever honored.
CVN.

và các dân tộc khác trong nước Âu Lạc cũ. Chỉ trong một thời gian ngắn, Hai Bà Trưng đã đánh chiếm được 65 huyện thành, nghĩa là toàn bộ lãnh thổ nước Việt hồi đó. Cuộc khởi nghĩa thành công, đất nước được hoàn toàn độc lập. Hai bà lên làm vua, được suy tôn là Trưng Vương, đóng đô ở Mê Linh. Hai Bà Trưng cưỡi trên hai con với đánh đuổi quân Tầu là biểu tượng của ý chí hiên ngang và khí phách quật cường của dân tộc ta; việc này cũng thể hiện truyền thống yêu nước nồng nàn của phụ nữ Việt nam "giặc đến nhà, đàn bà cũng đánh". Hai bà đã đứng lên đánh đuổi giặc Tầu, giành lại độc lập cho đất Việt nam Ất Dậu, 40AD.

Kế đến là bức tranh Hồ Hoàn Kiếm khổ lớn;Truyền thuyết kể rằng, Hoàng đế Lê Thái Tổ được Long Vương ban tặng một thanh kiếm thần để chống lại nhà Minh Trung Quốc. Sau khi đánh đuổi quân Trung Quốc, một con rùa vàng đã nổi lên thu thập thanh kiếm này và biến mất trở lại hồ. Quân sư Nguyễn Trãi, ông tổ của trường chúng ta, đã góp công, tài trí để dành lại độc lập cho Việt Nam.

Title: "Hồ Hoàn Kiếm"
Khởi nghĩa kiếm thần, trao
Anh hùng áo vải quét hung tàn
Thanh bình thịnh vượng. Vang.
CVN.

Khi thầy Thịnh dạy chúng tôi môn hội họa, chúng tôi có hỏi Thầy: làm thế nào để chúng em đánh giá được một bức tranh mỹ thuật. Thầy trả lời: các em cứ vẽ và mạng cho tôi xem những bức tranh nào em cho là xấu nhất rồi tôi sẽ cho ý kiến. Quả thực lúc đó với trí óc còn non nớt, tôi mù tịt không hiểu ý thầy muốn nói gì. Mãi sau này trưởng thành thêm tôi mới vỡ lẽ ý của thầy: điều kiện tiên quyết để có một bức tranh mỹ thuật trước hết nó phải mới và lạ chứa đựng những sáng kiến. Có lẽ vì ảnh hưởng với phong cách này; Bức tranh tôi ưng ý nhất trong lần triển lãm này diễn tả về cuộc hành trình tìm tự do của nhiều thuyền nhân trong đó có tôi. Bức tranh này tôi dùng ý tưởng truyền đạt qua hệ thống thông minh nhân tạo để tạo ra bức tranh căn bản, sau đó chau truốt thêm để trở thành một tác phẩm.

Title: "Journey for Freedom"
Democracy, lost
Escaped, dangerous, endured
Hope, liberty found.
CVN.

Bức tranh "tết Cổ Truyền Việt Nam" 40x30 inches acrylic on canvas, tranh vẽ những em bé thuộc thế hệ hai sinh ra ở Hoa Kỳ; Các thiếu nhi mặc áo dài, khăn đóng dự lễ Tết cổ truyền với dưa hấu, bánh chưng xanh với bối cánh hoa mai vàng, anh đào hồng nhạt rực rỡ thể hiện sự trân trọng và gìn giữ văn hóa Vietnam ở Hoa Kỳ. Cờ Việt Nam, cờ tiểu bang Texas, và lá cờ Hoa Kỳ tượng trưng cho sự hoà nhập của cộng đồng Việt Nam vào quê hương thứ hai ngày nay của chúng ta. Các em quây quần cùng nhau vui đùa nói lên sự thăng hoa, thái bình và thịnh vượng của cộng đồng Việt Nam ở Hoa Kỳ. Tác giả CVN_Arts đã cố gắng vẽ bức tranh ba cô bé và các chú bé xúng xính trong tà áo dài khăn đóng, mừng rỡ cùng nhau ríu rít trò chuyện trong lễ Tết Việt Nam như dấu hiệu tốt cho một tương lai. Hội Chợ Văn Hoá Việt này đâu chỉ là nơi những người Việt hoài niệm về một kỷ niệm xưa ở quê nhà, mà để gặp gỡ nhau, giao lưu. Đây cũng là dấu hiệu cho thấy một thế hệ trẻ đã biết đâu là nguồn cội và trách nhiệm giữ gìn bản sắc Việt để cho tương lai và những năm sau nữa. Mong cộng đồng người Việt vẫn thấy ấm áp với những Hội Chợ Văn Hoá Việt ngày càng đông vui và đầy ý nghĩa.

Title: "Tết Cổ Truyền"
Mỗi độ xuân về, Tết
Đào mai rực rỡ bánh chưng xanh
Bé vui, nở nụ cười.
CVN.

Houston cũng là một thành phố có một trung tâm vũ trụ quốc gia (NASA) Johnson Space Center (JSC) lớn nhất thế giới. JSC chuyện về các chương trình thám hiểm vũ trụ với người lái hay ta thường gọi là các phi hành gia.
Phi hành gia Armstong trong sứ mệnh Apollo 11, lần đầu tiên con người đáp xuống mặt trăng. Armstrong khi đặt bước lần đầu lên mặt trăng. Ông đã đưa ra những tuyên bố nổi tiếng như: "đại bàng đã hạ cánh "và sau đó Đây là một bước nhỏ của một người, là một bước nhảy vọt khổng lồ của nhân loại"

Bức hình lớn dưới đây: Giấc Mơ Tương Lai" diễn tả sự vươn lên của thế hệ trẻ, như hỏa tiễn bay bổng lên vũ trụ được chào đón với tương lai sáng lạng của thế hệ trẻ gốc

Việt Nam cùng với những giấc mơ tuyệt vời.

Ban tổ chức cho biết năm nay số khán giả tham dự lên trên 9,500 người, một thành quả vượt bực so với các hội chợ từ trước ở Houston. Phần lớn khán giả là những gia đình Việt, Mỹ trẻ đi tham dự hội chợ với các em thiếu nhi.
Bài viết này xin được dành để kính tặng và tri ân thầy Nguyễn Văn Thịnh. Thầy đã truyền cho tôi những kiến thức căn bản về bộ môn hội hoạ, nay đã trở thành một thú vui thanh nhã và đầy ý nghĩa.

Cấp Văn Nguyễn NT68-75
Houston 2024

Cho Em Vùng La Grande

Thơ Nguyễn Hải Bình

Trời La Grande còn lạnh,
Tuyết có nhiều không em?
Chắc khung mây còn xám,
Gió vẫn về trong đêm?
Đừng buồn nhiều em nhé,
Vì con luôn nhớ mẹ,
Vì con thường kể lể:
"Mẹ đi làm nuôi con".
Em cũng chẳng nên buồn,
Mình thương nhau em ạ!
Dù La Grande xa lạ,
Em vẫn còn tình anh.
Từ độ bỏ kinh thành,
Chắt chiu tìm hạnh phúc,
Và mây từ Shebrooke
Sẽ đưa về cho em
Nụ hôn dài hồn nhiên
Phong yêu vừa gởi đó!
Vườn nhà vừa xanh cỏ,
Chấm phá nụ hoa vàng,
Và giữa độ xuân sang,
Hoa đào vương sắc đỏ,
Anh gởi vào hơi gió
Lên vùng trời La Grande...

Gió

June 5, 2024

Nhạc: Võ Tá Hân
Thơ: Phùng Quân

rộng đổi thơm lên tiếng thở Tóc em bay cuống quít tuổi thiên thần Dư âm
cuối qua đi ngày vội vã Tình xanh kia trở lại được bao lần
Nhẹ nhàng
Áo em rộng, anh ước gì làm gió Phập phồng hơi thở trái tim
em Nắng ngoài hiên, gió nhẹ, bước chân êm Anh nhốt gió vào tâm hồn bỏ
ngỏ Em có mời xin dừng đây Hàng Gió Xung quanh anh chỉ có gió ơ
hờ Áo em rộng gió mừng vui trước ngõ Tuổi thanh xuân qua mất tự bao
CODA
giờ Áo em rộng gió mừng vui trước ngõ Tuổi thanh xuân qua mất tự bao giờ
chậm dần để hết

Bạn Học Nguyễn Trãi

Ngô Văn Diệm (NT 61-68)

Niên khóa 1961 của chúng tôi có được khoảng hơn 200 học sinh, được chia ra 4 lớp : B1, B2 (Anh Văn), B3 và B4 (Pháp Văn).

Bảy năm học chung với nhau ở Trường Nguyễn Trãi và những lần gặp nhau trong cuộc đời đã để lại trong tôi rất nhiều kỷ niệm.

Là học trò của thời gian mới vào Đệ Thất ấy, vì không có đồ chơi, các bạn tôi dùng những tờ giấy đã nháp xong, vo tròn lại và chơi tranh giành nhau nắm bắt trái banh giấy này. Hai lớp B3 và B4 vì tranh nhau đã đi tới đánh lộn.

Mới đây, trong một buổi họp mặt có hai người bạn chợt nhớ lại và nhận ra nhau, ngày ấy đã được cặp đôi đại diện cho lớp để đánh nhau. Cả hai đều cho biết là bị đánh rất đau.

B3 vs B4

Ta nhớ năm xưa có đánh nhau
Mày lọi tay tao cũng u đầu
Bê Ba Bê Bốn bao nhiêu bạn
Gặp lại bây giờ thương lúc đau

Những năm sau khi đã lớn hơn, chúng tôi cũng đã biết về những hấp dẫn của người khác phái, những bóng hồng Gia Long,Trưng Vương,Lê Văn Duyệt ... và đã muốn dùng thơ để xin được làm quen. Có một anh bạn có biệt tài làm thơ, nhận làm thơ dùm, và được trả công bằng thuốc lá. Sau này anh tiếp tục làm thơ, một bài thơ rất nổi tiếng của anh "Khi tôi chết cờ vàng xin đừng phủ " đã được nhạc sĩ Võ Tá Hân phổ nhạc, rất cảm động.

Nguyễn Ngọc Trân

Ta nhớ năm xưa nó biệt tài
Làm thơ kiếm thuốc hút lai rai
Cờ Vàng đừng phủ khi tôi chết
Trách nhiệm chưa tròn kiếp làm trai

Sau năm Mậu Thân 1968, chúng tôi rời trường Nguyễn Trãi, và cuộc đời đã đẩy đưa chúng tôi vào trăm ngàn lối rẽ. Một số bạn tiếp tục việc học và một số đi lính. Có một anh bạn tình nguyện đi lính Không Quân, là phi công trực thăng, anh đã thi hành trách nhiệm hết sức nhiệt tình, những phi vụ tản thương, cứu cấp ... dù vô cùng nguy hiểm anh cũng cố gắng chu toàn. Bạn bè đặt nickname cho anh là Chung Điên.

Nguyễn Ngọc Chung

Ta nhớ năm xưa nó rất hiền
Ra trường đi lính gọi Chung Điên
Chẳng nề hà khó khăn nguy hiểm
Trực thăng cứu cấp bay lên liền

Một anh bạn khác, ra trường ngành Quân Báo, nhiều công trạng đã được đặc cách thăng cấp Đại Úy, lũ bạn ngày xưa gặp anh phải nghiêm chỉnh đứng chào.

Kiều Kim Huy

Ta nhớ năm xưa nó loèo khoèo
Giải cứu banh đá lộn gôn sau
Thăng cấp Đại Úy nhờ công trạng
Gặp mày tao phải đứng nghiêm chào

Sau ngày 30-04-1975, vì không muốn sống dưới chế độ bạo tàn của Cộng Sản, một số lớn người Việt Nam đã liều chết, bỏ nước ra đi. Ở nơi trại tỵ nạn Pulau Bidong, hai người bạn xa nhau đã lâu, gặp lại nhau, không tiền, thiếu thuốc.

Đỗ Ngọc Quý

Ta nhớ Bidong nắng gió hiền
Mừng tao mày tới chốn bình yên
Bên trời lưu lạc hai thằng rách
Điếu thuốc chia nhau ngóng đợi tiền

Bây giờ, 63 năm đã qua, lũ học trò Đệ Thất Nguyễn Trãi ngày xưa đã trở thành các cụ già trên 70 tuổi.Một số bạn đã mất, số còn lại cũng yếu đi rất nhiều. Hôm nay ngồi nghĩ lại, mới thấy thế hệ chúng tôi đã được rất nhiều may mắn: được hưởng một nền giáo dục tốt đẹp, được sống trong một xã hội có nhân bản, được đóng góp trách nhiệm làm trai bảo vệ quê hương, được nhìn thấy sự văn minh và tiến bộ về mọi mặt trên toàn thế giới.

Và trên hết, ai trong chúng tôi cũng đều có được tình yêu. Cuộc tình của vợ chồng một người bạn tôi đã bắt đầu từ những lần chung nhau tắm mưa ngày 2 đứa là trẻ con mới 5, 6 tuổi, rồi yêu nhau, anh che dù cho em dưới mưa trên đường về, rồi lấy nhau, mưa pháo hồng ngày vui vu qui, và dầm dề mưa rơi trong tuyết lạnh xứ người.

Những cơn mưa

Trời đang nắng cao, mưa ào xuống mau
Trẻ con ới nhau, tắm mưa không nào ?
Hai đứa mình
Qua làn nước mát, đùa dỡn cùng nhau
Rồi em lớn mau, xinh đẹp biết bao
Tình anh đã trao, hứa hẹn bạc đầu
Mưa xuống vội
Chung dù chung lối, nhịp bước về sau
Ngày vui tới, tưng bừng đám cưới
Cô dâu mới, áo trắng tinh khôi
Người chiến sĩ, vui lòng đẹp ý
Bước chung đôi, mưa pháo hồng rơi
Thời gian chóng qua, ai làm cách chia
Ở nơi xứ xa, thương về quê nhà
Đêm vắng lặng
Mưa hòa tuyết trắng, tưởng nhớ ngày xưa
Và hai chúng ta, duyên tình thiết tha
Còn như đóa hoa, tươi đẹp tuổi già
Mưa có lạnh
Xin vòng tay ấm, gìn giữ đời ta

Ngày về

Bỏ sau lưng những ngày tù!
Ta về đây với hoang vu trong lòng!
Phố xưa nghiêng nắng chờ mong,
Tường xưa loang dấu rêu phong đợi chờ.
Ta đi Đã mấy lần thu
Mấy mùa lá rụng thân tù thảm thê!
Từng đêm vọng tưởng não nề
Quê hương đã mất lời thề còn đâu?
Ta về như giấc chiêm bao
Lối xưa còn đó mà sao hững hờ?
Trong ta một thoáng bơ vơ
Phố xưa đã vắng người xưa đâu còn
Lòng ta như con sóng buồn!
Dâng lên để chiếm ngập hồn từ đây!

Ngọc Trân

TÔI YÊU TRƯỜNG NGUYỄN TRÃI

Thơ Lão Học Mây Tần
Nhạc Phạm Ngọc Cung NT 57

Ẩn ý của nhà văn Khái-Hưng trong truyện Hồn Bướm Mơ Tiên

Ngô Thị Quý Linh

Khái-Hưng là bút hiệu của nhà văn Trần Khánh Giư (1896-1947). Ông viết nhiều truyện và kịch, là cây bút cột trụ của báo Phong Hóa (1932-1936) và Ngày Nay (1935-1940), thành viên của văn phái Tự Lực Văn Đoàn. Thân phụ ông là tuần-phủ Trần Mỹ có cử nhân Nho học nên ông theo nếp nhà được dạy chữ Nho khi còn nhỏ. Khi ông lớn lên mới đổi sang học chữ Pháp và chữ Việt. Ngoài 20 tuổi ông mới đậu tú tài Pháp. Có một thời gian ông đi dạy học và viết bản thảo *Hồn Bướm Mơ Tiên* vào lúc này.

Từ thập niên 1920, văn chương Việt-Nam đã bắt đầu chuyển mình với đủ mọi thể loại từ khảo cứu, ký sự, phê bình đến tiểu thuyết, thi ca, kịch, v.v... và rất phong phú về nội dung: phong tục, luân lý, tả chân, truyền kỳ, xã hội, hoạt kê, ... Riêng trong lĩnh vực tiểu thuyết, trào lưu lãng mạn đã xuất hiện và nổi bật là những tiểu thuyết của các nhà văn trong văn phái Tự Lực Văn Đoàn mà *Hồn Bướm Mơ Tiên*(1933) là một tiêu biểu.

Theo lời giới thiệu của nhà văn Nhất-Linh trong *Lời Tựa* của sách, "quyển *Hồn Bướm Mơ Tiên* là quyển truyện thứ nhất của Tự-Lực Văn-Đoàn và lại là quyển truyện thứ nhất của ông Khái-Hưng."

Tình tiết của truyện xảy ra ở "chùa Long-Giáng" mà Khái Hưng đã tài tình tả như là thật có "một ngôi danh lam ở vùng Bắc". Sự tích về sự thành lập của chùa ly kỳ như truyện *Quán-Âm Nam-Hải Diễn-ca*. Sự tích về chùa Long-Giáng được chú tiểu Lan kể cho nhân vật Ngọc, sinh viên trường Canh-Nông, cháu của sư cụ chùa Long-Giáng như sau: Vua Lý Nhân-tông bận đi đánh Chiêm-Thành và đối phó với Trung-Hoa nên không phát triển đạo Phật như các triều vua trước. Thượng-Đế bèn sai một nàng tiên xuống thế gian đầu thai làm công-chúa Văn-Khôi để nhắc nhở nhà vua. Công-chúa Văn-Khôi lớn lên xinh đẹp nhưng trong lòng chỉ nghĩ đến việc tu hành. Khi vua cha định kén phò-mã cho nàng thì công-chúa đang đêm lẻn trốn ra khỏi cung điện và nhờ có thần tiên dẫn đường đưa đến một ngôi chùa. Công-chúa xin thụ pháp Hòa-thượng Cao-Huyền trụ trì chùa.

Nhà vua biết được, đòi công-chúa về triều. Nhưng công-chúa nhất quyết ở lại tu tại chùa. Vua cha nổi giận, cho quan quân phóng hỏa đốt chùa. Bỗng một con rồng vàng hiện lên dập tắt ngọn lửa. Nhà vua lấy làm sợ, nghĩ rằng bao lâu nay mình đã quên thi hành Phật sự và Trời Phật đã cho công-chúa xuống nhắc nhở mình. Vua bèn cho sửa sang chùa để công-chúa ở lại tu hành. Từ đó, chùa có tên là Long-Giáng.

Bối cảnh của truyện được chọn là Bắc-Ninh, nơi phát khởi ngôi chùa đầu tiên: chùa Dâu, đất phát tích của nhà Lý, cùng với bao nhiêu truyện xưa tích cũ về các thiền-sư, với các liền anh liền chị nam thanh nữ tú nổi tiếng với lối hát quan họ. Mở đầu truyện, chúng ta đọc thấy lời hát ví của cô con gái vùng Kinh-Bắc, vừa bó lúa trên thửa ruộng vừa hát ghẹo người lữ hành.

Hỡi anh đi đường cái quan,
Dừng chânđứng lại em than vài lời.
Đi đâu vội mấy anh ôi,
Công việc đã có chị tôi ở nhà.

Những lời hát ví hãy còn văng vẳng bên tai, Ngọc, tên người lữ hành, đã mệt mà chùa chưa thấy đâu.Qua khỏi cánh đồng lúa, đến chân đồi, Ngọc gặp một chú tiểu. May thay chú tiểu tu ở chùa Long-Giáng và nhận ra Ngọc là cháu của Sư Cụ vì Sư Cụ vẫn thường hay nhắc đến Ngọc. Nhờ có chú tiểu cùng đi mà đoạn đường đến chùa dường như ngắn lại. Cảnh buổi chiều trên đường đến chùa Long-Giáng tả qua ngòi bút của nhà văn Khái Hưng đã khiến cho một người thị thành như Ngọc muốn dời bỏ nơi phồn hoa đô hội để về tu nơi "hư không tịch mịch".

"Gió chiều hây hẩy đã mát, mùi lúa chín bốc lên thơm phức, khiến Ngọc ngắm cảnh nơi thôn dã êm đềm, trong lòng biết bao tình cảm.

"Trong làn không khí yên tĩnh êm đềm, tiếng chuông thong thả, ngân nga … như đem mùi thiền làm tăng vẻ đẹp của cảnh thiên nhiên. Lá cây rung động, ngọn khói thướt tha, bông lúa sột soạt, như cảm tiếng gọi của Mầu-Ni muốn theo về nơi hư không tịch mịch."

Suốt bao nhiêu năm sống nơi thành thị, sinh ra và lớn lên ở đấy, có lẽ Ngọc chẳng bao giờ bước chân về nhà quê. Bây giờ, chính cái cảnh yên lặng thanh tịn hấy lại khiến cho một người như Ngọc cũng muốn đi tu. Ngọc tưởng tượng ra: "Thế thì đi tu sướng lắm, chú ạ, có cảnh đẹp … lại có sách kinh Phật để mà quên cuộc đời náo nhiệt, phiền phức …"

Đi mãi, rồi cũng đến nơi. Từ xa người ta đã có thể nhìn thấy chùa. Chùa Long-Giáng có những nét kiến trúc như nhiều chùa khác ở ngoài Bắc. Chùa được xây trên một ngọn đồi. Có cái giếng ở chân đồi, nằm trên con đường dẫn lên chùa. Khi gần đến nơi, người ta nhìn thấy tam-quan của chùa, kiến trúc sơ sài, có ba gian hẹp, xây đứng thẳng như bức tường trên sườn đồi. Trên mái làm nhô lên một cái mái nhỏ giống như cái miếu.

Vào bên trong, cảnh nhà chùa thanh đạm giản dị, hợp với lòng tâm nguyện tu đạo của những người xuất gia theo Đức Phật. "Ngọc theo chú tiểu đi vào một tòa nhà gỗ thấp, lợp ngói, bên trong bài trí rất sơ sài. Ở gian giữa, sau cái bệ đất trên giải chiếc chiếu đã cũ là bàn thờ Tổ đặt trong một cái hậu cung xây thùng ra như cái miếu. Ngọc vén bức màn vải tây đỏ lên thì thấy lờ mờ đến hai chục pho tượng (…)".

Nhà trai bài trí theo như những nhà trai các chùa.

"Ngọc đứng lên xin phép sư cụ rồi theo chúđi qua sân, tới một nếp nhà ngang dài đến gần mười gian, nhưng chỉ để ba gian làm nhà tiếp khách thập phương, còn thì ngăn ra từng buồng làm phòng ngủ. Ở đấy bài trí có phần lịch sự hơn nhà Tổ, gian giữa giáp bộ sập gỗ mít, kê một cái bàn, và đôi tràng-kỷ gỗ lim, lâu ngày đã đen bóng.

Trên xà treo một cái đèn ba dây, có chụp bằng thủy tinh men trắng. Hai bên kê sát từ tường ra tới ngưỡng cửa ba bộ ghế ngựa quang dầu ghép liền với nhau."

Bữa ăn chay ở chùa còn giản dị hơn nơi ở. "…trên chiếc mâm gỗ vuông, chỉ thấy lỏng chỏng đĩa dưa, đĩa cà và đĩa muối vừng" và món đậu phụ kho tương. Chính sự giản dị thanh đạm này lại làm cho người trần muốn xuất gia. "Ngọc phần thì đói, phần thì cơm chay lạ miệng nên ăn ngon lắm, nghĩ bụng: cứ bảo ở chùa ăn kham khổ nhưng, dầu vừng cùng dưa, cà thì cũng chẳng kém gì thịt cá. Tự nhiên trong trí Ngọc nảy ra cái ý tưởng muốn xa lánh chốn phồn hoa." Ở đây, Ngọc mới biết là "ở chùa chiăn có hai bữa mà thôi, một bữa năm giờ sáng, và một bữa đúng ngọ." Chú Mộc trong chùa còn nói thêm với Ngọc rằng "Chính phép nhà chùa thì chỉ dùng được một bữa cơm trưa mà thôi." Trong một tháng nghỉ hè ở chùa, Ngọc được biết về sinh hoạt của những người xuất-gia trong chùa Long-Giáng.

"Sư Cụ, trước kia ngoài giờ tụng kinh, niệm Phật thường chỉ tĩnh tọa để trầm tư mặc tưởng đến những vấn-đề giải thoát linh hồn. Chú Mộc ngoài việc dọn dẹp, quét tước, rót nước, bưng cơm, chỉ ngồi lỳ ở nhà ngang chuyện trò cùng ông Thiện và bà Hộ. Còn chú Lan thì ngày đêm chỉ biết chăm nom mọi việc trên chùa, thắp nhang, đốt đèn, thỉnh chuông và học tập kinh kệ."

Ngọc lại còn biết về những danh từ và những cách xưng hô ở chùa, chẳng hạn như khi nói "sư Tổ thụ trai nghĩa là sơi cơm". Khi sư cụ gõ mõ không phải trong lúc tụng kinh thì đó là hiệu lệnh gọi đệ tử. "Nếu nghe hiệu lệnh không thưa khiến cụ đánh đến tiếng thứ tư thì chúng tôi phải ra ngay sân quì để chịu tội." Khi trong nhà có người xuất gia thì không được nhận họ, xưng bác cháu nữa mà phải gọi bác là Cụ (Sư Cụ). Ngọc lại biết thêm về tục lệ ở chùa là người đi tu không ngồi ăn cùng mâm với người không tu hành. Khách thập-phương thì sơi cơm nước ở nhà trai, nhà trai xem như là nhà tiếp khách. Nhà Tổ thì thờ các sư Tổ, còn nhà hậu là để thờ những người không có thừa tự, ký hậu (mua hậu) ở chùa thì nhà chùa cúng cho.

Trong thời gian ở chùa Long-Giáng, Ngọc được chứng kiến một buổi đàn chay. Buổi đàn chay được nhà văn Khái Hưng mô tả rất kỹ lưỡng.

"Sáng hôm sau trong chùa Long-Giáng, kẻ tới, người lui có vẻ tấp nập rộn rịp.

Dưới nhà ngang đối diện với nhà trai, ông Hộ cùng ba, bốn người làng đến giúp việc đứng bên chiếc bàn dài, kẻ lau lá mít, kẻ đóng oản, tiếng kêu chí chát. Chốc chốc lại thấy có người đội voi giấy, ngựa giấy cúng những hình nhân tới. (...)

"Lên trên chùa chàng gặp chú Lan đương cầm phất trần phẩy bụi ở các pho tượng, còn chú Mộc thì lúi húi lau các cây đèn nến cùng bình hương, ống hoa. Ngọc lại gần hỏi:

- Chùa ta sắp có việc gì mà có vẻ náo nhiệt thế?

Chú Mộc quay lại trả lời:

- Hôm nay bắt đầu làm chay cho vong linh ông Hàn. (...)

"Luôn hai tối, các nhà sư ở những chùa lân cận nhận được giấy mời của Sư Cụ Long-Giáng tề tựu đến dự lễ rất đông.

Ngoài sân chùa, ở giữa bày ba từng án-thư chồng lên nhau theo hình bậc thang. Hai bên cũng đều có án-thư. Nến thắp linh tinh, ánh sáng phản chiếu vào những mặt kính tròn ở các mũ giấy bày la liệt kín cả mấy hàng án-thư trông lấp lánh như các ngôi sao trên trời.

Tối nào các nhà sư cũng cắt lượt nhau tụng kinh đến tận hai, ba giờ sáng, hoặc ngồi ở chiếu giữa, hoặc đứng sát các án-thư bên. Cứ xong một lần tụng niệm lại có đánh trống lớn, trống con, thanh la, não bạt, nghe rất là inh ỏi.

Đến tối thứ ba thì vào đàn giải kết.

Sư Cụ chùa Long-Giáng vì già yếu, mà việc đàn chay lại khó nhọc, nên một đồ đệ Cụ là sư ông chùa Long-Vân đứng chủ trương. Sư ông ngồi ở chiếu giữa tụng kinh một lúc lại chạy vòng quanh đàn, nghĩa là đi lượn khắp các hàng án-thư, theo nhịp nhanh hay chậm của tiếng trống và tiếng thanh la. Sau lưng sư ông gần hai chục người chạy theo, nào tiểu, nào vãi, nào thiện-nam tín-nữ cùng là những người nhà sự chủ. (...)

Chạy xong một tuần, sư ông lại vào chiếu giữa múa mênh quyết ấn trông rất dẻo tay, rồi cầm kéo cắt những đồng tiền kết giấy thành hình người và treo lủng lẳng ở ba hàng dây chung quanh bàn. Cứ mỗi lần lại cắt bốn, năm đồng kỳ cho hết là tan đàn.

Trong khi ấy thì những người tùy tòng hoặc vào ngồi lễở sau lưng sư, hoặc đứng sang một bên, lẫn vào chỗ người đi xem.

Ngọc đứng chờ một xó, hễ thấy chạy xong một lần lại gọi chú Lan đến để nhờ giảng nghĩa hộ. Đến lần thứ ba, thứ tư thì hễ thấy Ngọc gật sẽ một cái, Lan đã chạy vội đến ngay.

Ngọc cười hỏi Lan:

- Này chú sao lại có hai người kia chạy đàn?
- Hai người nào?
- Một người gánh một gánh cỏ, và một người buộc con ngựa giấy vào mình trông như cưỡi ngựa vậy, nhất là nghe tiếng nhạc kêu lại càng như hệt lắm.
- Đấy là người giữ ngựa và người cắt cỏ cho ngựa ăn, đi theo hầu thầy Đường-Tăng đi sang Tây-Tạng lấy kinh, đàn này tức là ôn những sự tích đi lấy kinh."

Tuy nhiên, đối với người xuất-gia vào cửa Phật và tu hành đã lâu năm như Sư Cụ chùa Long-Giáng thì đàn chay không phải là một phần trong sự tu hành của người xuất-gia. Sư Cụ giảng giải cho Ngọc: "Cháu cũng nên biết rằng đạo Phật huyền bí lắm, chứ những điều cháu trông thấy ở trước mắt không phải là điều cốt yếu của đạo Phật đâu. Cho chí những việc lễ bái, đàn chay cũng là phải có để khuyên đàn bà và những kẻ vô học làm điều thiện đó thôi."

Sau buổi đàn chay, chùa trở về với khung cảnh vắng lặng yên tĩnh thường ngày.

Buổi sáng mai ở chùa, với "Tiếng kinh du dương, mùi trầm ngào ngạt, Ngọc tưởng tượng sống trong một thế giới khác, thế giới mộng ảo ... thần tiên ..."

Trong cảnh thanh tĩnh, *thần tiên* ấy của chùa Long-Giáng, chàng sinh viên trường Canh-nông tình cờ khám phá chú tiểu Lan là gái trong một buổi cùng đi sang chùa Long-Vân do sư cụ nhờ mang bánh và chè sang tạ sư ông đã giúp buổi đàn chay. Ngọc thú nhận với Lan tình cảm Ngọc có với Lan từ khi mới gặp và thầm yêu "chú tiểu Lan", một thiếu nữ cải nam trang để đi tu như trong truyện Quan-Âm Thị-Kính. Đây là tình tiết chính của truyện *Hồn Bướm Mơ Tiên.*

"Cặp linh hồn ta như một điệu âm nhạc, không cảm động nhau sao được."

Nhưng cũng như công-chúa Văn-Khôi của chùa Long-Giáng, chú tiểu Lan nhất định giữ vững lời phát tâm qui-y. "Vì tôi đã thề trước Phật-tổ, thì đến chết tôi cũng giữ lời thề." Trong ý nghĩ của Lan, "ái-tình" chỉ là "một sự cỏn con ... nhỏ nhen."

"Nhỏ nhen, nếu đem ví với lòng bác-ái. Vì lòng bác-ái mà Phật-tổ xa vợ, xa con, xa cha, xa mẹ, lang thang khắp bốn phương giời để tìm phương giải thoát cho nhân-loại."

Khi biết Ngọc đem lòng yêu thương mình, Lan bị giằng co giữa "ái-tình và tôn-giáo".

"Ngọc lắc đầu thở dài: - Tôi thương hại chú quá. Tôi cũng đáng thương nhưng chú còn đáng thương gấp trăm, gấp nghìn lần. Linh hồn chú bị ái-tình và tôn-giáo, hai bên lôi kéo, mà lạy Trời, lạy Phật, hai cái mãnh lực ấy lại tương đương nên tâm trí chú càng bị thắt chặt vào hai tròng."

Trong tâm trạng ấy của Lan, cảnh vật lại càng làm cho lòng thêm buồn thảm.

"Mặt trời đã lặn sau dãy đồi tây. Vạn vật nhuộm màu ảm đạm.

Lá rụng!"

Nhưng sau cùng, tôn-giáo đã thắng ái-tình, lý tưởng cao thượng của Phật-tổ đã cảm hóa được Ngọc. Ngọc chấp nhận để yên cho Lan tiếp tục việc tu hành và chấp nhận "tiểu gia-đình tôi là … hai linh hồn của đôi ta, ẩn núp dưới bóng từ-bi Phật-tổ."

Cảnh vật chung quanh dường như cảm thông với mối tình thanh cao ấy.

"Bây giờ sắc trời dìu dịu, vạn vật như theo tiếng chuông chiều thong thả sắp rơi vào quãng êm đềm tịch mịch.

Lan đứng chắp tay tụng niệm, con mắt lờ đờ nhìn xuống con đường đất quanh co lượn khúc dưới chân đồi.

Gió chiều hiu hiu …

Lá rụng!"

Trong *Hồn Bướm Mơ Tiên*, thiên nhiên được nhân cách hóa, đi theo cảm xúc của nhân vật như bóng với hình: lá cây rung động, ngọn gió thướt tha, cây đại ẻo lả, vạn vật dịu dàng, gió chiều hiu hắt, bóng trăng rọi đầu cành, đặc biệt hình ảnh *lá rụng* để nói về thời gian đang trôi qua, … Thiên nhiên cũng cảm hóa cả nhân vật. Chỉ nhìn thấy "mấy nóc nhà rêu mốc chen lẫn trong đám cây rậm rạp, bốn góc bốn gác chuông vượt lên trên từng lá xanh um", vậy mà Ngọc cũng thốt lên khen rằng: "Chùa đẹp quá." Cảnh vật thanh tịnh chốn sơn-môn đưa lòng người về gần với cửa Phật: "Mái chùa rêu phong đã lẫn màu cùng đất, cùng cây, cùng cỏ."; "không khí yên tĩnh êm đềm, tiếng chuông thong thả, ngân nga … như đem mùi thiền làm tăng vẻ đẹp của cảnh thiên nhiên".

Những chi tiết về sự sinh hoạt ở chùa Long-Giáng, dù ngôi chùa chỉ do sự tưởng tượng của nhà văn Khái Hưng, có lẽ cũng giống nhiều ngôi chùa nhỏ ở miền Bắc Việt Nam. Truyện *Hồn Bướm Mơ Tiên* đã để lại cho người đời sau một bức tranh văn vẻ về cảnh quan và sinh hoạt của một ngôi chùa về tiền bán thế kỷ thứ 20.

Thế giới thần-tiên lãng-mạn của truyện *Hồn Bướm Mơ Tiên* trong khung cảnh chùa Long Giáng là thế giới của cái đẹp nhưng phù-du, vô-thường. Cả đến "ái-tình" đẹp bao nhiêu chăng nữa cũng sẽ thua "đạo từ-bi", đạo giải-thoát, vì đời là huyễn mộng, ái-tình cũng là huyễn mộng. Tất cả những sự phản trái giữa tình cảm và lý trí, sự giằng co giữa tình yêu và niềm tin, đời sống giữa thực và mộng, sự cảm nhận của cái đẹp và sự phù du của tình cảm trong truyện làm cho người đọc thấm thía rõ rệt hơn chân lý của nhà Phật.

Ngô Thị Quý Linh

Gởi người tình nhỏ

Tôi nhớ hai em gái
Một người gốc Hà Thành
Và nàng chốn Bắc Ninh
Cả hai thật xinh xinh

Tôi nhớ hai em gái
Cách nhau mười hai tết
Là hai phần cuộc đời
Nhớ da diết người ơi

Tôi nhớ hai em gái
Rồi nhớ hai mái trường
Dược khoa Đại học đường
Và Minh Đức Y Khoa

Tôi nhớ hai em gái
Yêu nồng nàn say đắm
Nâng niu và trân trọng
Vừa xa đã nhớ thương

Tôi nhớ hai em gái
Cô chị tuổi con mèo
Nàng em tuổi con rồng
Tình đẹp hơn cầu mong

Tôi nhớ hai em gái
Chuyện trò suốt đêm trăng
Líu lo và véo von
Như chim hót trên vòm

Tôi nhớ hai em gái
Mèo là tình thiên thu
Rồng còn chốn trần gian
Yêu tha thiết miên man

Thiên Thai
Chicago 2/16/2024

A Ballad to My Lovers

I miss my soul mates
Native from Hà Nội
The other, Bắc Ninh
Both graceful and charming.

I miss my soul mates
Twelve age years apart
Two stages of life
I indeed miss you.

I miss my soul mates
Memories from college
At University of Pharmacy
And Minh Đức Medical Sciences.

I miss my soul mates
Passionate and complete
Cherish and respect
Your absence felt always.

I miss my soul mates
One born year the Cat
The other, Dragon
More beautiful than ever dreamed

I miss my soul mates
Talking through the night
Endless dialogues
Like birds singing on the dome

I miss my soul mates
One eternal love that Passed.
Other, somewhere here on earth
Love you endlessly.

Translation: Phạm Hoàng Oanh

Cây Yêu Thương

Để tưởng nhớ cha tôi.

Trên một cây cổ thụ
Đang từ từ chết dần
Có một đàn chim âu sầu, xôn xao, sợ hãi
Lá vàng nhiều mỗi ngày
Mạch sống sắp ngừng chảy
Ôi, những chiếc lá vàng, theo từng cơn gió đông đã lìa cành vội vã
Những con chim bơ phờ
Quên cả hót líu lo khi bình minh giục giã
...
Đã biết bao mùa xuân trong nắng vàng rực rỡ
Những mầm lá xanh tươi đã trở mình, thành tàng cây che chở
YÊU THƯƠNG
Cơn nắng gắt buổi trưa, trận mưa rào buổi chiều
Và đêm về, là những lời ru vời vợi đong đưa
...
Thêm một chiếc lá rơi
Đàn chim thêm bối rối
Chẳng thể làm gì hơn
Cho cây xanh trở lại
Thêm những chiếc lá rơi
Đàn chim càng bối rối
Chẳng nỡ cất cánh bay đi tìm chân trời mới
Cây cổ thụ, cứ bình thản chết dần và âm thầm chịu đựng
Tàng cây ngày thêm tơi tả...
Rồi một ngày đông tàn
Nguồn nhựa sống đã cạn

CÂY NHẮN NHỦ ĐÀN CHIM :
" Các con đừng buồn bã...
Hãy thắp sáng trong tim
Ngọn đuốc thiêng cao cả
Đem hạt giống của cha
Bay đi khắp muôn phương
Qua khắp mọi nẻo đường
Trên những miền đất lạ
HÃY GIEO TRỒNG
NHỮNG MẦM SỐNG,,,
CHO MAI SAU...
NHỮNG MẦM LÁ XANH TƯƠI LẠI TRỞ THÀNH
NHỮNG TÀNG CÂY CHE CHỞ YÊU THƯƠNG "...
Rồi từ đó
Trên khắp mọi nẻo đường, có một đàn chim vẫn chăm chỉ, hăng hái đi gieo trồng NHỮNG MẦM SỐNG YÊU THƯƠNG...
... Trên khắp mọi nẻo đường,

Thanh Nguyễn , người xứ Thái, 1990.

Nhớ

Nhớ lắm chứ, Ottawa,
Nhớ thủ đô Canada.
Đại hội Thể Thao Bắc Mỹ,
Đại hội Nguyễn Trãi không xa.

Nhớ, nhưng lực bất tòng tâm,
Không về, lòng cứ tiếc thầm.
Cảm niệm chân tình bạn hữu,
Phục anh Duy Cẩn "già gân".

Nhớ nhé, bạn hiền thân yêu,
Chúng ta đang tuổi xế chiều.
Nhớ giữ thân, tâm an lạc,
Quê hương, vẫn nhớ thật nhiều!

Nhớ mái trường xưa Nguyễn Trãi,
Một thời đèn sách dùi mài.
Nhớ lắm Đa-Kao, Hiển Khánh,
Ham vui trốn học cũng tài

Hòn ngọc Viễn đông ngày cũ,
75 đổi tên già Hồ,
Saigon chúng ta vẫn gọi.
Nhớ hoài, nhớ nhé đừng quên...

Nhớ chăng thân phận lưu vong?
Nhớ ta con cháu Lạc Hồng.
Giữ vững lập trường chống cộng,
Ngày về vẫn quyết chung lòng.

Tuệ Kiên Vũ Văn Sang
(Nguyễn Trãi –58-62)

hay KỶ NIỆM TRƯỜNG XƯA

Bài viết cho Đặc San NT2024
Nguyễn Văn Định, NT. 54-58

TẠI SAO TÔI HỌC TRƯỜNG NGUYỄN TRÃI?

Sau khi Pháp thua trận Điện Biên Phủ, hiệp định Geneve được ký kết giữa Việt Minh và Pháp ngày 20 tháng 7 năm 1954, chia đôi đất nước lấy sông Bến Hải là ranh giới. Ai không muốn ở với Việt minh thì di cư vào Nam. Năm ấy tôi đã học xong lớp đệ Lục tại trường trung học Phan Đình Phùng ở phố Hàng Đẫy Hà Nội, rồi di cư vào Saigon bằng máy bay quân sự của Pháp. Lúc đó hai anh em tôi đi trước vào một đêm heo hút của tháng 8. Trong bầu không khí se lạnh, phố xá vắng tanh, chạy xe dưới ánh đèn mờ nhạt đến Tòa Thị Chính Hà Nội để được xe nhà binh Pháp đưa sang phi trường Gia Lâm bay vào Saigon. Sau khi đáp xuống phi trường Tân Sơn Nhất chúng tôi được đưa vào tạm trú tại bệnh viện Bình Dân, lúc đó vừa mới xây xong. Sau một tuần lễ tạm trú tại đây, chúng tôi tìm được nhà cô em họ. Vợ chồng cô được Pháp cho đi trước vì chồng cô là công chức.

Anh tôi phải đi làm để tự túc, còn tôi ở nhà không liên lạc được với ai. Ít lâu sau anh tôi nghe tin trường Chu văn An (CVA) nhận ghi danh cho học sinh và đưa tôi đến thì CVA đã không nhận nữa. Anh tôi đưa sang ghi tên ở Nguyễn Trãi (NT) thì lớp đệ Ngũ và cả đệ Lục không còn chỗ, chỉ còn vài chỗ lớp đệ Thất.

Vì lỡ và vì không có tiền học tư, nên tôi phải chấp nhận ghi tên học lại lớp đệ Thất nhưng tôi thất vọng vô cùng.

ĐỊA ĐIỂM CỦA TRƯỜNG:

Lúc đầu chúng tôi phải học nhờ vào buổi trưa tại trường Tiểu Học Cầu Kho trên đường Nguyễn Thái Học gần chợ Cầu Ông Lãnh Saigon. Sau đó ít lâu trường NT được chuyển về học tại trường Tiểu học Lê Văn Duyệt trên đường Phan Đình Phùng gần Đài Phát Phát Thanh Saigon. Tôi theo học trường NT từ năm 1954-1958, vì trường naỳ chỉ có chương trình 4 năm cho Trung học Đệ nhất cấp và chỉ dành cho nam sinh học thôi. Ai đỗ được THĐNC thì được chuyển sang học CVA để học tiếp. Không đỗ được thì ra học trường tư hoặc đi lính. Lúc đó Trường Sĩ Quan Thủ Đức chỉ cần có giấy chứng nhận học lớp Đệ Nhị là được nhập học. Vì vậy người ta thường nói đùa "Bé mà không học, lớn làm Sĩ quan" Sau này nhu cầu chiến sự nên đỗ Tú Tài, Cử Nhân, Kỹ sư...đều bị hốt hết.

BAN GIÁM HỌC NGUYỄN TRÃI THỜI KỲ ĐẦU:

Thời tôi học bắt đầu Hiệu Trưởng là Ông Trần Văn Việt. Khỏang 2 năm sau Ông đổi sang làm Hiệu Trưởng CVA, mang theo lớp nữ sinh mà TV gửi học nhờ. Cụ Vũ Đức Thận thay thế làm Hiệu Trưởng. Năm 1958 tôi chuyển sang CVA, không biết Cụ Thận coǹ làm Hiệu Trưởng đến bao giờ. Các Giáo sư dạy NT Saigon từ thời di cư ấy mà tôi còn nhớ là:

- Nguyễn thế Cường, sau này Ông là Chánh Biện Lý tòa án Sơ Thẩm Gia Định,
- Đặng Vũ Hàm, sau này là Dự Thẩm Niên Trưởng Tòa án Sơ Thẩm Saigon,
- Đào Quang Huy và -Lý Quốc Sinh là Luật sư Tòa Thượng Thẩm Saigon. Tuy cùng hành nghề nhưng tôi it khi gặp vì hai vị này có Luật sư phụ Tá thay mặt tại tòa.

Trong ban điều hành của trường lúc bấy giờ tôi nhớ mãi là Ông Tô Đình Hiền, dù không phaỉ là gíáo sư nhưng ông luôn luôn mặc đồ lớn, lái xe Lambretta, đầu chét mỡ bò bóng láng, ruồi đậu té chết hàng lọat. Ông chỉ là Hiệu Đoàn Trưởng, với nhiệm vụ là lo sinh họat của trường như chào cờ v.v..Ông Hiền phạt tôi nhiều nhất, (Consigné) vì tôi đứng chào cờ không thẳng hàng hoặc tôi ra xếp hàng chậm, hoặc nói chuyện… Giáo sư khác thời tôi học lớp đệ Thất và đệ Lục thỉnh thoảng cũng phạt tôi về tội nói chuyện hoặc không làm bài vì tôi đã học qua rồi. Hơn nữa tôi phải học lại, ngồi học chung với mấy bạn ít tuổi hơn mình nên tôi cảm thấy nản, không học nghiêm chỉnh nên bị phạt hoài là thế. Đó là kỷ niệm đáng nhớ nhất của đời tôi khi học trường NT thời di cư.

CHƯƠNG TRÌNH HỌC VÀ THI:

Chương trình học lúc đó phần lớn còn theo chương trình Pháp và ở lớp đệ Tứ tôi đã phải chọn 2 sinh ngữ, Tôi chọn Pháp và Anh Văn, và phải viết luận văn (Dissertation Morale) bằng ngoại ngữ. Năm 1958 thi Trung Hoc Đệ Nhất Cấp cũng như Tú Tài 1 và 2, thi trên toàn quốc, do Bộ GiáoDục tổ chức. Đề thi do Bộ giaó dục chọn, Giáo sư bị thuyên chuyển đi khắp nơi để coi và chấm thi. Đầu bài thi có tên tuổi, có số báo danh của thí sinh, khi thi xong là bị dọc phách để Giáo sư chấm thi không biết tên học trò là ai để khỏi bị gian lận. Khi chấm xong mới được ráp phách để so kết quả cũa thí sinh mà công bố. Mỗi năm có 2 kỳ thi: Kỳ 1 vào tháng 6, kỳ 2 vào tháng 9. Nếu rớt kỳ 1, được thi kỳ 2. Thi viết xong ai đỗ lại phải thi orale nữa. Nếu rớt Orale là trượt luôn. Giáo sư lại bị thuyên chuyển lung tung để hỏi vấn đáp (Orale). Thi Orale Pháp Văn của tôi –THDNC- do Cô giáo có bằng Cử Nhân ở Pháp dạy trường Võ Trường Toản hỏi, và môn tiếng Anh do Một Ông Mỹ ở tòa Đại Sứ Hoa Kỳ hỏi vấn đáp tôi.

CHỌN NGÀNH RỒI CHUYỂN TRƯỜNG:

"Định hướng nghề nghiệp trước"

Ở VN không có Counselors như ở Mỹ. Do đó người ta thường chọn ngành học nào mà xã hội trọng vọng nhất -nói theo VC là "Định hướng theo xã hội chủ nghĩa cũ"- như Giáo sư, Bác sĩ, kỹ sư, luật sư v.v...Tôi ghi danh vào trường Đai Học Văn khoa với ước vọng là làm GS tự do. "Nghề" này được trọng vọng nhất trong những nghề được trọng vọng. Người ta thường nói "Quân Sư Phụ" trong 3 vị thế này thì thày giáo chỉ đứng sau vua, mà trước cả cha mình nữa. Người ta cũng thường nói: "Không thày đố mày làm nên". Và "Nhất tự vi sư, bán tự vi sư" nghiã là hơn nhau 1 chữ cũng làm thầy, hơn nhau nữa chữ cũng làm thầy. Ý nói là học vấn được quý trọng hơn cả. Nếu không đỗ được những bằng cấp như trên thì đừng hòng có được chỗ đứng cao trong xã hội, ngay cả cũng không lấy được vợ xứng đáng vì "Phi cao đẳng bất thành phu phụ". Dù muốn làm"Thầy" nhưng tôi không học Đại Học Sư Phạm để làm thầy chuyên nghiệp "sáng cắp ô đi, tối cắp về", vì không muốn hàng ngày phải đối diện với cái bảng đen, bị vây kín bởi 4 bức tường vôi trắng toát. Tôi cũng không muốn hàng ngày phải thấy "Nhất quỷ, nhì ma, thứ ba là học trò". Đúng như nhà thơ Cao Bá Quát đã ngán ngẫm vơí nghề này mà than rằng: "Môt thày một trò, một chó cái. Học trò dăm đứa nửa người nửa ngợm nửa đười ươi".

Sau 2 năm theo học Đại Hoc Văn Khoa thì

tình hình xã hội có nhiều biến chuyển, tôi phải chuyển sang học đại học Luật Khoa Saigòn để thích hợp với thời cuộc, với hy vọng là sau đó làm bên Quân Pháp. Nói như vậy không có nghiã là tôi hèn nhát không dám lãnh trách nhiệm của người trai thời loạn, vì tôi đã tình nguyện vào trường Sĩ Quan Thủ Đức năm 1962 nhưng đã bị "Chế Linh" -Lính chê-. Lúc đó tôi đã đỗ đạt đàng hoàng, không phải "Bé mà không học, lớn làm sĩ quan" như người ta thường nói. (Xin nhớ là người ta nói).
Rồi tôi tốt nghiệp Cử Nhân Luật 1967. Lúc đó tôi không muốn theo nghề luật sư vì người ta cũng nói Luật sư là nghề "Đổi Trắng Thay Đen", mà Chánh án cũng bị coi là nghề thất đức, xử án oan khiên sẽ bị nhân quả. Vaò những năm Bộ Tư Pháp mở kỳ thi tuyển thẩm phán tôi không thi làm chánh án mặc dù có ít thí sinh nộp đơn.

Sau khi suy nghĩ tôi mới ngộ ra rằng luật sư không đổi trắng thay đen được vì không thể qua mặt mấy ông toà mà mèo trắng mà bảo mèo đen là mấy ông nghe đâu. Luật sư đóng vai trò quan trọng là phụ tá công lý, giúp toà tìm ra sự thật để xét xử công bằng, giải oan cho những người "thấp cổ, bé họng". Nếu toà xét xử oan sai thì toà phải bị trách nhiệm. Luật sư không có quyền tha hoặc bỏ tù ai cả.
Bởi các lẽ đó tôi mới quyết định gia nhập luật sư Đoàn Toà thượng Thẩm Saigon. Vì tuyên thệ sau tháng 6 tôi phải thi và đỗ luật sư kỳ 2 vào tháng 9 (Lại kỳ 2). Tuy vào ngành luật sau bạn bè cùng trang lứa, nhưng tôi đã tự hào là mình đã làm tròn chức năng của người "Phụ Tá Công Lý", một công việc mà tôi nghĩ quan trọng hơn những công việc khác. Đó là lý do tại sao tôi đã không nhận chức Tham Vụ Ngoại giao mà tôi thi và được tuyển năm 1972.Tôi tin rằng đó là một sự lựa chọn đúng.

Theo lá số tử vi trước đây của tôi mà ông thày phán rằng tôi có sao Quan Đới, Thiên Hình cư thân hay chiếu mệnh gì đó. Nếu không làm quan thì cũng dính vào những vụ án hình. Tôi bán tín bán nghi và nghĩ rằng mình đến nông nỗi gì mà vi phạm đến vụ cướp của giết người để làm điếm nhục đến gia phong. Thế rồi thời gian qua đi, tôi phải lo "cơm áo gạo tiền" nên cũng chẳng để ý tới. Đến khi về hưu mới ngồi nghiên cứu mà nghiệm ra rằng Sao Quan Đới của tôi đã bị Tuần, Triệt chặn cửa thì làm sao tôi làm quan được. Bởi vậy tôi đã không thi để làm"Quan Tòa". Năm 1962 tôi tình nguyện xin vào Trường Sĩ Quan Thủ Đức cũng bi "Lính Chê".Còn về sao Thiên Hình thì chính tôi không vướng tội hình, mà theo thời gian công việc đưa đẩy tôi làm nghề Luật Sư và cũng vì nghề nghiệp tự nó đưa đẩy tôi chuyên cãi về hình sự.
Ngay cả sau di tản 1975 qua nhiều công việc khác nhau tại Mỹ, cuối cùng tôi cũng làm việc cho Toà án Thiếu Nhi tai Santa Clara County, lo những hồ sơ hình sự mà cha me đã mắc tội hành hạ (abused) con mình.

VÀO NGHỀ RỒI MỚI HỌC THEO NGHỀ

Khi đến Mỹ làm nghề nào học lấy bằng theo nghề ấy. Tôi di tản sang Mỹ 30 tháng 4 năm 1975. Sau 7 ngày định cư tại San Mateo County nhà thờ bảo trợ tìm cho tôi một việc làm tạm mùa hè tại Sở Giáo Dục của County này. Sau đó họ tìm cho tôi một việc làm chính thức là phụ tá luật sư tại một tổ hợp Luật Sư Pillsbury Madison&Sutro tai San Francisco (gồm 250 luật sư hoạt động). Vì muốn có bằng Tiến Sĩ Luật và thành Luật sư tại Mỹ nên tôi bỏ việc, ghi danh học tại Trường Đại học Hastings College of Law tại San Francisco. Vì tôi đã học luật, hành nghề tại VN và đã làm cho Tổ hợp Luật sư lớn tại SF hơn 1 năm. Họ cho tôi credits và học chung với SV năm thứ 3 của trường. Tôi chỉ phải học 1 năm và 1 lớp mùa hè để hòan tất bằng TS Luật (JD) vào tháng 9 năm 1977(lại kỳ 2).
Sau khi tốt nghiệp tôi không kiếm được viêc nên tôi chuyển sang học về Electronics. Việc đầu tiên là làm cho hàng Kasper ở Sunnyvale California, sản xuất computer bán cho Nga Sô. Sau đó tôi chuyển sang làm cho hãng GE, sản xuất nhà máy điện nguyên tử (Nuclear Power Plant). Nhà máy mà tôi tested đầu tiên bán cho Trung Cộng

năm 1979 (3.3 tỷ US dollars). Ít lâu sau đó tôi là 1 trong 6 người được chọn sang làm về bộ phận của Phi Thuyền Không Gian cho NASA ở Nam California.

Năm 1982 tôi được cấp học bổng của Liên Bang (Federal Grant) theo học Đại Học USF ở San Francisco. Đỗ MA về giáo dục specializing in Career Counseling 1984. Sau khi thi lấy được giấy phép dạy điện tử cho người lớn (Teaching Credentrial forAdult Program) tôi dạy những lớp chuyên viên Điện Tử cho sở Giáo dục Fremont thuộc Cupertino, và cho Trung Tâm Huấn Nghệ O'Brian thuộc Menlo Park, California trước khi làm Phụ Tá Giám Đốc cho Chương Trình Song Ngữ Đông Dương, (Assistant Director for Indochinese Languages Program cho SJ Unified School District). Sau đó làm Supervisor coi 2 Departments –Touching and loading cho hãng PCB (Printed Circuit Board) ở Milpitas.

Trong thời gian này, bạn học cùng lớp ở NT là anh Bui C. H nhờ tôi học chung giúp anh ta thi làm Social Worker. Khi thi tôi đậu hạng 4 anh H rớt, tôi không nhận việc, xin hoãn vì đang làm supervisor. Sau đó công việc hãng tư có nhiều áp lực và quá vất vả, tôi bỏ việc và xin trở lại làm Social Worker cho Santa Clara County. Công việc đúng của Social Worker thích hợp với khả năng của tôi là làm việc cho toà án Thiếu Nhi, nhưng việc này đòi hỏi phai có bằng MSW (Master of Social Work). Do đó ban ngày đi làm tối vaò Đại Học San Jose State University học, tiền học và sách vở, sở trả hết cho mình. Sau 4 năm học part-time tôi hoàn tất chương trình MSW năm 1989. Lúc này anh bạn Lê Đình C. vừa ở VN sang đề nghị tôi Học Tiến Sĩ Giáo Dục để về VN dạy, giúp cho giới trẻ thăng tiến. Tôi hoàn tất Ph. D. Program in Education năm 1994. Dean của Asian Culture Deprtment của trường có dịp thăm VN và đề nghị mở chương trình Volunteer ở đó, nhưng VC đòi cho tiền thì mới được về dạy free.

Với những lý do nêu trên các bạn hiểu tại sao tôi phải học nhiều bằng để chạy theo công việc mình đang làm. Dù sao mộng làm "Thày" của tôi cũng đã được thực hiên. Trong thời gian tôi học tại Đại Học Văn Khoa, Luật Khoa Saigon tôi đã dạy học tại nhiều trường Trung học khác nhau ở Saigon như Nguyễn Khuyến, Văn Lang, Trí Đức, Vinh Sơn Liêm...và dạy luật Hiến Pháp, Luật Hàng Hải, Trường Hàng Hải Phú Thọ, tôi không nhớ rõ là dạy Hiến Pháp hay Hình Sự Tố Tụng gì đó cho khoá 3 Sĩ quan Cảnh Sát Quốc gia ở Biệt Khu Thủ Đô, trước khi Trung Tâm huấn luyện này chuyển lên Thủ Đức và Thẩm Phán Trần An Bài thay thế từ đó.

Tóm lại, ở VN tôi định hướng làm Giáo Sư, rồi chuyển hướng làm sĩ quan, rồi muốn làm tòa án Quân sự cũng không xong, làm Tham Vụ Ngoại Giao cũng không chọn. Cuối cùng bất đắc dĩ lại hành nghề Luật sư. Ở Mỹ tôi cũng không định hướng nghề trước được. Gặp công việc nào mà mình xin được là làm, rồi đi học lấy bằng để hợp thức hóa nghề ấy sau.

Bởi vậy:
Tôi sinh ra đời, nhầm thế kỷ.
Giữa quê mình, định hướng không xong;
Ở quê người, cuộc sống long đong;
Sống lạc loài, làm nghề bất định .
Vân Đình
(Theo ý thơ của GS. Vũ Hoàng Chương).

Tóm lại thời gian của đời tôi hầu hết là ở sở và ở trường hơn ở nhà. Cuối cùng có nhiêu bằng nhưng không dung được bao nhiêu. Ở Mỹ càng đỗ bằng cao càng khó xin việc nhất là mình lại là dân thiểu số mà bằng lại không chuyên môn vê kỹ thuật, y tế, v.v...

Dưới đây là tâm sự của tôi qua bài thơ trào phúng như sau :

TRÂU VẪN LÀ TRÂU
Mài sừng cho lắm vẫn là trâu.
Học lắm cho nên mới bạc đầu;
Đỗ được nhiêu bằng đem lộng kiếng*
Vác bằng xin việc có được đâu.
Tư bản không mướn mình "làm xếp"
Chúng muốn người sáng tạo hàng đầu
Đem lại cho chúng nhiều lợi nhuận
Để chúng làm "Boss" ngồi gãi râu.
Vân Đình

* lộng kiếng để coi chơi, cũng có nghiã là liệng xuống cống.

VIỆC HỌC CỦA TÔI TUY VẤT VẢ NHƯNG GẶP MAY:

Tôi là môt học sinh dốt nhưng may mắn đỗ liên tục vào kỳ 2 từ THDNC, TT1, TT2 lên đến Cử Nhân, cả đến khi đỗ bằng hành nghề luật sư. Ở Mỹ chỉ có bằng JD là đỗ khóa 2 (vaò tháng 9), còn các bằng khác thì đỗ bình thường.

Nhờ may mắn đỗ liên tục nếu không thì có thể phải nhập ngũ trong lúc chiến tranh khốc liệt nhất, dù mình trước đó đã bị lính chê. Các bạn học của tôi từ NT đến CVA nhiều người đã ra đi không bao giờ trở lại, bạn còn lại ít lắm nên chúng tôi cũng ít gặp nhau. Lại nữa, khi di tản mỗi người một nơi, cách xa nhau vạn dặm nên lại càng khó gặp. Đã đôi lần tôi tham dự picnic liên trường ở San Jose: NT, CVA, TV, VTT, HNC, TL,Petus Ký, Gia Long nhưng tôi cảm thấy lạc lõng, bơ vơ quá. Không ai quen để mình thăm hỏi. Mùa hè năm nay anh Phạm Bách Phi NT gửi thông báo tổ chức Hội Ngộ NT Tại Ottawa, Canada vào tháng 10 và Picnic liên trường tai San Jose vào tháng 8 này. Tôi không tham dự vì chẳng mấy ai quen:

Giữa chốn đông người, sao mình thấy lạc lõng;
Họ ồn ào sao ta vẫn cảm thấy cô đơn.
Kỷ niệm trường xưa nung nấu cả tâm hồn;
Sao trong lòng ta vẫn thấy đầy trống vắng.
(Nhớ lại Picnic hè năm trước).
Vân Đình

Những kỷ niệm tôi viết ra đây để chia sẻ với các đồng môn, những người đi sau, để biết về những sự khó khăn lúc khởi đầu của trường NT Saigon chúng tôi gặp phải. Tôi tự hào vì trường này đã có nhiều nhân tài từ thời tôi học như Bác Sĩ, Kỹ Sư, Giáo sư, Luật sư và nhiều Sĩ quan tài giỏi cho quân lực VNCH...Họ đã cống hiến đời mình cho đất nước.

Redwood City California.
July 15, 2024
Nguyễn Văn Đinh, NT 54-58
Cựu LS, JD,MA,MSW.Ph.D

Gió

Thơ Phùng Quân

Áo em rộng, anh ước gì làm gió
Phập phồng hơi thở trái tim em
Nắng ngoài hiên, gió nhẹ, bước chân êm
Anh nhốt gió vào tâm hồn bỏ ngỏ.

Áo em rộng từ tâm em khép mở
Rộn ràng khuya hơi thở trái tim anh
Nắng lung linh nên gió vẫn chung-tình
Anh nhốt gió thu mình co giấc ngủ.

Áo em rộng cho tình ta bất-tử
Bàn chân xiêu anh lạc lối thiên-đường
Khúc nhạc buồn, em hoảng hốt cung Thương
Tỉnh giấc mộng, sao chưa mình là gió?!

Áo em rộng đồi thơm lên tiếng thở
Tóc em bay cuống quít tuổi thiên thần
Dư âm cuối qua đi ngày vội vã
Tình xanh kia trở lại được bao lần?

Em có hỏi xin dừng đây quán cỏ
Xung quanh anh chỉ có gió ơ hờ
Áo em rộng, gió mừng vui trước ngõ
Tuổi thanh-xuân qua mất tự bao giờ !

ALBUM

NGUYỄN TRÃI- HOUSTON

Giáp Thìn 03.31.2024

NT-Houston - 03.17.2024

NGUYỄN TRÃI- HOUSTON

02.19.2023

03.31.2024

NGUYỄN TRÃI- HOUSTON

Picnic - 03.05.2023

Cơ giời (Trời), vận nước...

Nguyễn Duy Vinh
(cựu học sinh Nguyễn Trãi Sài Gòn)

Phỏng theo "Dấu Xưa...Tản Mạn Lịch Sử Nhà Nguyễn" bởi tác giả Mathilde Tuyết Trần

Bà má dzợ tui (đã qua đời) mỗi khi bàn về những tai hoạ đã xảy đến cho dân tộc Việt Nam, cụ luôn thở dài ngao ngán và hay thốt câu : "...tất cả đều là cơ giời vận nước cả...".

Và theo lối suy nghĩ này, hình như đã có một luật lệ huyền bí nào đó quy định hết những gì đang xảy ra cho con người, cho xã hội và cho một quốc gia. Nếu thật sự có một ông Xanh nào đó chứng giám và luật nhân quả thật sự có mặt thì con người chỉ còn cách duy nhất là "ăn hiền ở lành" may ra sẽ tránh được nghiệp dữ và cơ giời vận nước từ đó chắc cũng được chuyển hướng và số phận một nước chắc nhờ vậy sẽ tốt lành hơn...

Vận nước của Việt nam vào cuối thế kỷ 16 đầu thế kỷ 17 (và cho mãi đến ngày nay) không được tốt cho lắm. Đó là thời kỳ Trịnh Nguyễn phân tranh. Ngoài Bắc (từ Thanh Hoá trở ra, còn được gọi là đàng ngoài) thì có Chúa Trịnh (Trịnh Tùng, Trịnh Tráng từ năm 1570 cho đến năm 1657). Trong Nam, tức là từ Thanh Hoá trở vào thì có Chúa Nguyễn (từ thời Nguyễn Hoàng thoát chết chạy vào đàng trong năm 1558 cho đến lúc Vua Gia Long lên ngôi năm 1762). Bắc Nam đánh nhau chí choé. Thêm vào đó, các Chúa Nguyễn thi nhau xua quân bành trướng về phía Nam : năm 1611 Nguyễn Hoàng chiếm Chiêm Thành và năm 1759 Việt Nam lấy Chân Lạp và lập thành 6 tỉnh Nam Việt đầu tiên. Thế nhưng chưa hết đâu nha. Ba anh em ông Nguyễn Huệ, Nguyễn Nhạc, Nguyễn Lữ nổi lên năm 1771 và chỉ trong vòng 6 năm lấy được miền Nam (đuổi các Chúa Nguyễn chạy có cờ) và đánh thắng luôn miền Bắc. Phải nói là nhờ vào ba anh em nhà Tây Sơn mà nước ta thống nhất từ Nam ra Bắc, nhưng lại cơ giời vận nước, việc thống nhất này không giữ được lâu. Cái gì đã xảy đến ? Lại giặc giã tiếp tục chứ có gì khác đâu ! Chúa Nguyễn Ánh (tức hoàng đế Gia Long sau này) chạy sang cầu cứu Xiêm La và được vua Xiêm (Thái Lan) giúp đem hàng vạn quân hùng hậu cả thủy lẫn bộ sang đánh quân Tây Sơn. Ai có dzìa Mỹ Tho Rạch Gầm thì chắc không thể không ghé thăm vùng Xoài Mút, nơi mà quân Tây Sơn đã oanh liệt đánh tan toán quân Xiêm hùng hậu năm 1785. Rồi ngoài Bắc cũng không yên. Ông vua Việt Nam Lê Chiêu Thống lúc đó chạy sang lánh nạn bên Tàu bèn cầu cứu nhà Thanh. Triều đình nhà Thanh gọi là thương vua Việt (chứ trong bụng thì lúc nào cũng chỉ đợi dịp thôn tính nước ta) gửi Tôn Sĩ Nghị đem 29 vạn quân sang chiếm Thăng Long (cùng năm với Nguyễn Huệ vừa lên ngôi hoàng đế năm

1788). Trong vòng một tháng từ khi quân Thanh đang ăn mừng chiến thắng ở Thăng Long (tức là Hà Lội…ngập nước khi mưa to ngày nay), Nguyễn Huệ thân chinh xuất quân chiếm lại Thăng Long và chỉ trong vòng 6 ngày quân Tây Sơn đánh tan 29 vạn quân Thanh. Tướng Sầm Nghi Đống tự vẫn (hình như vẫn còn đền thờ ông này ở phố Hàng Buồm !), Tôn Sĩ Nghị và Lê Chiêu Thống (cõng rắn cắn gà nhà) nghe nói phải chạy thoát thân trong những điều kiện vô cùng nhục nhã (hình như không kịp mặc quần và còn phải chui vào ống đồng).

Nhưng vận nước Việt Nam không được tốt : năm 1792, vua Quang Trung (Nguyễn Huệ) chết đột ngột thọ 39 tuổi mà không có người giỏi kế nghiệp (có đứa con còn quá trẻ, triều đình lọt vào tay những quan đại thần). Dòng họ Nguyễn Phúc Ánh đến thời kỳ may mắn…

Trong lúc Việt Nam đang lo đánh nhau tranh giành ngôi báu, trên thế giới đang có những chuyển biến lớn. Nào là sự phát minh ra máy chạy bằng hơi nước của ông James Watt (1736-1819), nào là những phát triển kinh tế tư bản và kỹ thuật ở Âu Châu, cộng thêm vào đó một hiểm hoạ ghê gớm của thế lực đế quốc Âu Châu đang thực hiện chính sách chiếm hữu thuộc địa. Quân Âu Châu đi chinh phục thế giới bằng thuyền có súng thần công và quân sĩ tinh nhuệ được võ trang bằng súng mút cà tông. Vua Gia Long (qua Giáo Sĩ Bá Đa Lộc, Pierre Pigneau de Béhaine và hiệp ước Versailles ký bởi vua Louis XVI cam kết giúp Nguyễn Ánh lấy lại ngai vàng năm 1787), với thuyền và súng ống đầy đủ, đã phá tan nhà Tây Sơn năm 1802. Và lúc này mới thấy cái ác của dân Việt mình. Vua Gia Long trả thù nhà Tây Sơn, cho đào mộ Nguyễn Huệ và Nguyễn Nhạc giã ra thành bột và đem giam đống tro tàn trong ngục tối, và xử tử một cách thảm thiết cả nhà hai vợ chồng Trần Quang Diệu và Bùi Thị Xuân. Vua Gia Long cũng không thọ lâu, ông chết năm 1820 thọ 58 tuổi, làm vua 18 năm, để lại…31 người con ! Hoàng tử Nguyễn Phúc Đản lên làm vua, tức là vua Minh Mạng. Và từ đây mộng thôn tính Việt nam của người Pháp đã bắt đầu thành hình…

Sách vở ghi lại là đời vua Tự Đức là đời mà Pháp lấy được nhiều quyền thống trị Việt Nam nhất. Vua Tự Đức Nguyễn Phúc Hồng Nhậm chết năm 1883 sau 36 năm trị vì và trong thời gian còn sống ông đã ký hiệp ước Nhâm Tuất (1862) và sau đó là hoà ước Quý Mùi (1883). Ngay năm sau Pháp bắt Việt Nam ký hoà ước Patenôtre và Việt Nam trở thành xứ bị chính thức đô hộ cho đến năm 1954. Từ Gia Long, Minh Mạng cho đến Kiến Phúc, lịch sử ghi lại là các vua thì yếu sức khoẻ hoặc chết yểu và các quan đại thần vì tham lam cá nhân đã lộng quyền thay vua và ký kết với Pháp những hiệp ước bán nước. Và cách cai trị của người Pháp trong thời gian này cũng rất dã man. Cách cư xử của những nhà toàn quyền Pháp cũng vô cùng hống hách. Chúng ta hãy cùng đọc lại một đoạn của bức thư ông toàn quyền Pháp Jules Harmand gửi cho triều đình Huế năm 1883 : "…tôi cho quý ông 48 tiếng đồng hồ để chấp nhận hay bác bỏ toàn diện, không cần thương lượng trao đổi, những điều kiện mà chúng tôi biếu các ông với một tấm lòng cao cả….v.v…Nếu các ông từ chối những điều kiện này, các ông sửa soạn nhận những đau khổ lớn nhất. Hãy tưởng tượng những điều kinh khủng nhất, các ông vẫn sẽ còn ở bên dưới thực trạng đó. Đế quốc An Nam, triều đại, các hoàng tử và triều đình tự tuyên bố bản án cho mình. Tên nước Việt Nam sẽ không còn tồn tại trong lịch sử nữa…"

Xấc xược đến thế là cùng. May thay trong các vua, cũng có vài vị anh hùng ra mặt chính thức chống đối Pháp. Người đầu tiên là vua Hàm Nghi.Tiếp đến có các vua Thành Thái và Duy Tân nhất định không cộng tác với Pháp.Và Pháp đã bắt giam và áp giải các vị vua này.

Vua Hàm Nghi bị đi đày ở Alger đầu năm 1889 và bị quản thúc tại biệt thự Villa des Pins thuộc làng El Biar cách Alger 12 cây số (lúc đó vua Hàm Nghi mới được 18 tuổi). Vua mất năm 1944 tại El Biar thọ 73 tuổi và hài cốt được cải táng về nghĩa địa Thonac năm 1965. Thonac là một làng nhỏ nằm bên sông Vézère phía Trung Nam nước Pháp (vùng Dordogne). Nhiều sách ghi sai là Sarlat (cách Thonac khoảng 30 cây số). Trong hầm vua có bốn người khác được chôn bên cạnh. Đó là các mộ của bà Marcelle Laloë (chính phi của vua Hàm Nghi), công chúa Như Mây (có sách ghi là Như Mai hoặc Nhữ Mây), hoàng tử Minh Đức và bà Marie Jeanne Delorme (hình như là người làm của gia đình vua). Vua Hàm Nghi có 3 người con. Công chúa Như Mây (sinh năm 1905), công chúa Như Lý (sinh năm 1908) và hoàng tử Minh Đức (sinh năm 1910). Công chúa Như Mây tốt nghiệp thủ khoa Kỹ Sư Nông Nghiệp khi vừa 21 tuổi (trường Nông Nghiệp Quốc Gia Pháp tại Versailles). Công chúa Như Mây sống độc thân, thọ 94 tuổi, không có hậu duệ. Công chúa Như Lý kết duyên cùng bá tước François de la Besse, qua đời năm 2005, thọ 97 tuổi, được an táng tại thị trấn Vigeois. Công chúa Như Lý có 3 người con (hai trai một gái).

Hai vua Thành Thái và Duy Tân bị áp giải đi đày trên đảo La Réunion năm 1916. Hiện nay trên đảo này có chiếc cầu lớn nối liền thành phố St Denis và quốc lộ chính chạy quanh đảo được mang tên Vĩnh San (người Pháp viết không bỏ dấu "Vinh San") tức là hoàng tử Nguyễn Phúc Vĩnh San (tên vua Duy Tân). Vua Duy Tân qua đời ngày 26 tháng 12 năm 1945 tử nạn máy bay rơi tại làng Bassako bên cạnh M'Banki thuộc Cộng Hoà Trung Phi, thọ 47 tuổi. Chiếc máy bay Lockheed Lodestar C-60 của hãng hàng không Pháp cất cánh từ Paris bay về Bangui là trạm ngừng kế tiếp (sau Fort Lamy). Phi hành đoàn gồm 9 người không ai sống sót. Sau khi xảy ra tai nạn, di hài vua Duy Tân được chính phủ Pháp và con cháu vua chôn cất ngày 26 tháng 12 năm 1945 tại nghĩa địa hiệp hội công giáo M'Banki. Người con trai lớn của vua Duy Tân là hoàng tử Guy Georges Vĩnh San (vẫn còn sống năm nay chắc khoảng 75 tuổi), với sự trợ giúp của chính phủ Pháp (thủ tướng Jacques Chirac lúc bấy giờ), đã sang bốc mộ vua đưa về Paris làm lễ truy điệu ở Vincennes trước khi chuyển hài cốt về Việt Nam ngày 28 tháng 03 năm 1987. Một buổi lễ quốc táng được tổ chức trọng thể tại điện Cần Thành và sau đó vua Duy Tân được an nghỉ vĩnh viễn tại An Lăng, nơi có mộ phần của bố là Thành Thái và ông nội là Dục Đức.

Từ khi vua Duy Tân rời Huế (1916) cho đến lúc chỉ còn là nắm xương cốt tro tàn trở lại Huế (1987), đúng 71 năm đã trôi qua.

Nguyễn Duy Vinh

Tháng Mười

Tháng mười đến hoa thơm đường phố chật
Con dốc dài thương mãi dấu heo may
Quanh tiếng gió dấu yêu tình đã khuất
Tháng theo ngày luân lạc quẩn quanh đây

Tháng mười đến thắp nén nhang cõi tịnh
Thêm dáng hiền chăm sóc những nụ sen
Mưa nhẹ đón dấu chân người tìm đạo
Lạc chốn về quen ngõ cụt tìm quên

Tháng mười đến dâng đầy thêm nỗi mất
Của từng ngày theo tháng mệt lần vui
Hoa cúc nở đọt vàng lan nền đỏ
Yên phận người ôm đất trích làm quê

Tháng mười đến đôi chim xưa về trọ
Chốn vườn sầu ăn hạt thóc quê em
Hương thu mới quẩn quanh con chim nhỏ
Theo lối về đẹp mãi những đường bay

Tháng mười đến hãy yêu thương đi nhé
Hãy vun trồng cho trầu mãi gần cau
Thu sẽ ấm sưởi mùa đông sẽ đến
Cho phố này phố nọ đẹp lòng nhau

Song Vinh

Mối tình sầu

Ý lời : Hoàng Song An
Thêm lời, phổ nhạc : Vũ Lương Đúng (VTĐD)

2
29 Am F G Em7
Thời gian vẫn cứ trôi nhanh, Xoáy cuốn duyên ta tan tành.
33 Am Dm G Em Am
Cung đàn đã đứt dây tơ. Ta nhìn hoa bướm ngẩn ngơ.
37 Em7 Am Dm G
Đếm bước chân đi về, đường khuya sao dài thế. Thôi ta còn một mình, tìm quên đi tình
41 C Em Am G
si. Lãng quên bao nghiệt ngã, buồn rồi sẽ phôi pha, tình mình cũng trôi
45 C Em7 Am
qua, tình này đã chia xa. Mai sau vô tình gặp, lòng nghe sao quặn
49 Dm G C
thắt. Xin quên đi nụ cười, dù mắt ướt lệ rơi.
52 Em Am G
Cố quên đi người ơi! Trả lại bóng trăng soi, chỉ còn bóng đêm
55 C6 Am
thôi, dù có chút ngậm ngùi.

Cụ rùa

Phí Ngọc Hùng

Ông vừa ngâm nho nhỏ "Dưa La, húng Láng, ngổ Đầm - Cá rô đầm Sét, sâm cầm hồ Tây", ông vừa lúi cúi trồng mớ húng láng để thỉnh ông Nguyễn Tuân tới đánh chén.

Ông nghĩ lại vào hồi thất thế, ông được một người bạn rất tương đắc vời ra dưỡng nhàn tại vùng Quảng Yên. Nhân một buổi chủ nhân chạy ra ngoài...Ở nhà một mình chả biết buồn tay buồn chân thế nào, nền nhà đất thó, ông cầm lưỡi thuổng đào xới. Bạn về, ông cười hề hề: "Ấy, định trồng một ít húng láng. Ăn uống thiếu rau cỏ, nhiều khi bực đến chết. Chén rượu nào cũng cứ nhạt phào".

Bổng có tiếng gọi ơi ới: "Cụ núi Tản sông Đà ơi....". Rồi một tiếng: "Bịch", tiếng xe bình bịch mất hút. Ông biết đó là Nguyễn Công Hoan. Cậu này có lần đến phòng đoán số Hà Lạc của ông. Ông bói cậu sẽ trở thành nhà văn có tên tuổi trong chốn làng văn. Sau cậu được nhiều người biết đến nhờ câu: "Muốn viết văn phải bịa, nhưng phải bị trên chuyện có thật, và phải bịa như thật". Chả bịa tạc tí nào, ít ai hay ở Hà Nội, Tản Đà rất gần gũi với Tú Mỡ. Ông Tản Đà làm bài thơ: "Gửi ông Tú Mỡ Hồ Trọng Hiếu": *Tôi bác, sao mà bác tú ơi, Cùng tên, ta lại ở đôi nơi, Khói mây non Tản tôi gầy lắm, Bơ sữa thành Long bác béo hoài.* Ngược lại Tú Mỡ chịu ảnh hưởng "cái ngông" của Tản Đà, qua chiếc xe bình bịch: *Tú rủng mỡ cưỡi xe bình bịch, máy nổ vang xình xịch chạy như bay*. Thế là cậu Nguyễn Công Hoan tới nhà ông Tú Mỡ Hồ Trọng Hiếu mượn xe. Vừa cưỡi xe, cậu mang cái tâm rạng của ông Tú Mỡ: *Hôm kia chơi phiếm Trung Hà, Rẽ qua bác Hiếu Tản Đà vào chơi, Tiểu đồng nói: bác vừa xuôi, Đi chơi Hà Nội chừng đôi ba ngày*. Thế nhưng thật may, cụ núi Tản sông Đà ắt là đoán số Hà Lạc nên biết trước cậu…"bịa như thật" vác xác tới. Và đèo trên xe là một…*con rùa.*

Về thân thế và sự nghiệp của ông Tản Đà, 5 tuổi ông học Tam tự kinh rình cơm nguội, nhân chi sơ sờ vú mẹ, tính bản thiện miệng muốn ăn. Năm 1909, dự kỳ thi hương ở Nam Định, nhưng trượt. Năm 1915 ông có tác phẩm đăng trên "Đông dương tạp chí", có được tiếng vang trên văn đàn. Năm 1916, ông lấy bút danh *Tản Đà* (chữ Hán: 傘沱 1889-1939) tên ghép *núi Tản, sông Đà* ở Sơn Tây, và chọn con đường của một người viết văn, làm báo. Năm 1938, xuống dốc, ông mở lớp dậy Quốc văn hàm thụ, Hán văn diễn giảng và văn phòng đoán số Hà Lạc ở số 71, Ngã Tư Sở.

Nghe cái "bịch", lần mò ra vườn, đập vào mắt ông một con rùa. Dòm mai rùa nổi u lên hoa văn màu vàng kệch, màu nâu đất cũ kỹ, ông nhẩm chừng khứa này cũng…lão rồi nên ông gọi là…cụ rùa. Ông bật rật ai đấy làm tiểu sử quên ông còn là ông lang nữa, nên dòm mai rùa, ông tặc lưỡi cái bép: Rùa có nhiều tên như kim quy, nguyên chư, quy bản. Mai rùa không độc, tính hàn, bổ âm, bổ thận tráng dương, trị di tinh…

Thế là quá đủ về rùa, ông quay vào vào nhà để cụ rùa ngoài vườn…bắt muỗi.

***

Mấy hôm sau nắng đổ lửa, mở cửa vườn cho bớt nóng…Ông ới thằng Lai đem hỏa lò để lên bàn nướng món ốc nhồi bằng vỏ sò để đánh chén. Bỗng không cụ rùa ngoài vườn làm như…nghe thấy mùi ốc nướng thơm điếc mũi. Cụ lò dò bò vào nhà nằm dưới chân ông. Có đĩa lạc rang trên bàn, ông dóng dứ trước mặt cụ rùa mấy hạt. Ông hỏi thằng Lai: "Rùa ăn gì Lai?". Thằng Lai cười lủng lẳng: "Rùa ăn đủ thứ như dế, sâu gạo, côn trùng. Nhưng rùa không nhai được lạc rang vì rùa không có…răng". Thằng Lai vắn hai dài một: "Rùa không có tai nên không biết…nghe, ông đợi nó thò cổ ra và nhìn kỹ bên trái, bên phải cổ của nó sẽ thấy rằng *sau đôi mắt có hai thứ trông giống như màng dính. Đây là tai của rùa*. Thằng Lai lấy ngắn nuôi dài: "Rùa thở ở…hậu môn".

Đang búi bấn đến tao đoạn lẵng nhẵng về rùa này, vừa lúc thằng Lai thu dọn bát đĩa làm đổ cút đế trắng. Ông mặt chú ụ dòm xuống chân. Cấu vào mắt ông, cụ rùa có cái mặt rất chúng sinh đang lè lưỡi nhóp nhép chút rượu trắng...

***

Nghe hơi nồi chõ nhà ông có rùa *tửu lạc* vong bần với…lạc rang. Tuần sau ông Vũ Bằng, ông Nguyễn Tuân rủ nhau tới nhà ông.

Ông Vũ Bằng thì ông biết tỏng hãi ông lắm. Chuyện là:

"…ông Tản Đà, thấy tôi (Vũ Bằng) vào, cứ ngồi ì ra không thèm đứng dậy. Một lúc lâu, mới nhìn tôi một hồi như thể nhìn thằng ăn cắp, rồi "à" một tiếng và bảo tôi ngồi xuống. Thì ra ông ta đang say. Ông ta uống một tợp, khà một cái, gắp một miếng, hơ tay vào lò than rồi...ngồi rung đùi ngâm, với một giọng khê thuốc lào:
Vèo trông lá rụng đầy sân - Tóc tơ ngắn ngủi có ngần ấy thôi
Rồi ông day cái mặt tròn, đỏ như trái bồ quân, trên cằm một cái mũi tròn xoe, ông nhe răng ra nói một cách dõng dạc:
- À, ông Bằng, ông có thấy không? Chữ *"vèo"* ấy có cho mấy khuyên son cũng chưa đủ! "Vèo trông lá rụng", hay lắm chớ, hay lắm chớ.
(trích hồi ký *Bốn mươi năm nói láo* của Vũ Bằng)

Ông Nguyễn Tuân vừa vào đã vồn vã: "Cố nhân lai". Cái mừng rỡ này xiết bao thành thực. Đúng vậy, mấy hôm nay rồi, thượng điền tích thủy hạ điền khan, hiểu vụng là ông đang khát rượu, thì gặp ông Nguyễn Tuân đến. Vừa nhìn cụ rùa, ông Nguyễn đưa bàn tay cắt cổ làm như…cắt cổ vịt. Mắt ông Nguyễn tròn dấu hỏi? Ông chuối sau cau trước: Tôi ăn ngay nói thật với khoa đẩu số Hà Lạc lý số, sách bói toán số mệnh, tương truyền của Trần Đoàn làm ra, thì tôi trên thông thiên văn dưới thuộc lòng địa lý nhưng…đoán mu rùa tôi chịu. Tuy nhiên là thầy bói như tôi thì ăn thịt rùa…sui lắm. Như năm ngoái uống rượu, ăn thịt rùa với ông Trương Tửu, ngó xuống đường có…đám tang đi qua. Thế là tháng sau *An Nam tạp chí* bị đóng cửa.

Làm như không nghe, ông *Vang bóng một thời* ba điều bốn chuyện món rùa hầm thuốc Bắc: nào là thịt rùa rửa sạch, thái miếng, cho vào nồi cùng đỗ trọng, đẳng sâm với ngũ vị tử, nước vừa đủ, thêm chút gia vị, gừng, hành, rượu, muối. Bỏ rùa cùng túi thuốc vào nồi, đun to lửa cho sôi sau vặn nhỏ lửa hầm cho thịt rùa chín là được.

Được quá chứ, cảm khái quá lắm, ông ngâm nga: *Phong lưu chẳng thiếu đâu đâu - Nước non đưa đón khắp hầu gần xa.* Ông nhắc lại chuyến Nam du năm ngoái thăm Long Xuyên mà sau này ông ghi lại trong bài "Thú ăn chơi": *Long Xuyên chén mắm, Nghệ An chén cà.* Ngày ấy ông được vợ chồng ông Cai Tổng và cô con gái đãi một món đại yến. Ông thấy trên mâm đồng để đầy khế chua, rau sống, gừng lát, chuối chát, ớt nguyên trái, nhất là...giá sống, đất Bắc mình không có. Thịt ba rọi luộc chín xắt ra từng miếng, bánh tráng, và một đĩa to đựng món mắm nổi tiếng của vùng Long Xuyên – Châu Đốc. Sơi xong đĩa mắm, trong bài: "Thú ăn chơi", tôi dòm dỏ cô con gái con ông bà Cai Tổng và âm ừ: *Còn trời, còn nước, còn non - Tiền trình vạn lý, anh còn chơi xa.*

Nghe thủng xong chuyện Long Xuyên, ông *Thương nhớ Mười Hai* len chân vào chuyện: Ở Cần Thơ có món rùa rang muối ngon nhất trần đời. Muốn ăn rùa trước tiên phải lựa rùa yếm vàng. Rùa có yếm vàng đậm ngon hơn rùa có yếm màu nhạt tai tái thường ốm, thịt dai hơn. Người ta nói rùa vàng mập tròn trịa thuộc loại dầy cơm, còn rùa nắp mình dẹp, gọi là mỏng cơm. Rùa rang muối phải dùng nồi đất để một lớp dầy muối hột. Đợi muối trong nồi nổ hết, rang (rán) thêm mươi phút chắc chắn rùa thật chín mới nhắc xuống. Có rất nhiều giống rùa đó là rùa núi, rùa biển, rùa đồng, rùa vàng, rùa nấp, rùa đen và dòng họ rùa rất đa dạng : ba ba, vít, cua đinh, càng đước, đồi mồi...

Không như *Thương nhớ Mười Hai*, ông Vũ Bằng..."tả cảnh" rùa nhiều quá, nên ông Tản Đà ngủ gà ngủ gật hồi nào không hay. Chỉ biết cụ rùa làm như vểnh tai lên nghe.

***

Ông Tản Đà trong *Giấc mộng con*, lời tựa ông bộc bạch: "Mộng con mình tỉnh, cho nên biết là mộng, mộng nhớn mình chưa tỉnh, cho nên chưa biết là mộng. Cũng là mộng cả, người đời *chép sử*, chép chuyện, chép ký, chép hành trạng, thời mình cũng nên chép. Nay đã tỉnh cái mộng con thời chép lấy, còn cái mộng nhớn, đợi lúc tỉnh rồi sau sẽ hay". Ông đang mộng...chép sử thì...thì bỗng có ai vỗ vai, trong giấc mơ ông nhận ra ấy là cụ Ức Trai Nguyễn Trãi. Cụ nói ông muốn hỏi chuyện gì thì hỏi đi. Ông lắp bắp về nghi án lịch sử vua Lê Thái Tổ trả gươm cho rùa ở Hồ Gươm. Cụ kỳ cổ:

"...Theo bản *Lam Sơn thực lục* do chính Lê Thái Tổ viết và *Nguyễn Trãi toàn tập* do Ta ghi: Lê Thận ở Mục Sơn (*Thanh Hóa*), làm nghề đánh cá, một hôm *quăng lưới kéo lên được một lưỡi kiếm.* Lê Lợi đánh đổi được lưỡi kiếm này. Một hôm khác Lê Lợi bắt được một chuôi kiếm ở gốc cây đa. Lắp lưỡi kiếm vào chuôi thì thấy vừa khít. Lê Lợi nghĩ rằng trời đã trao cho mình kiếm thần, từ đó mới nuôi ý khởi binh. Trong chính sử *chưa thấy văn bản nào nói Lê Lợi có mặt tại Đông Đô* (Thăng Long) *trước ngày khởi nghĩa.* Khởi nghĩa Lam Sơn bắt đầu năm 1418, Lê Lợi và nghĩa quân của đang gặp nhiều khó khăn ở vùng Lam Sơn. *Lê Lợi hay vua Lê Thái Tổ không thể có mặt ở bờ hồ Thăng Long để nhận kiếm thần được...*".

Cụ Tế Văn Hầu Nguyễn Trãi ngắm cụ rùa dưới sàn một hồi lâu rồi cười cục cục như gà trống vì thấy cụ rùa...không có tai và âm ừ với ông: "Anh nghe rõ chửa. Anh...tai rùa". Nói rồi, cụ và thằng Lai lụi đụi bê cụ rùa lên bàn, cho cụ rùa sơi rau. Cụ vạy vọ với thằng Lạc, người làm của ông: "Rùa có tính Phật". Cụ lụng bụng tiếp: "Cho Phật ăn thịt là thiên bất đáo, địa bất chi, là *trên trời dưới đất chả biết quái gì* sất". Tiếp đến, cụ Tế Văn Hầu lôi trong cạp quần ra cút rượu làng Vân, rót tồ tồ ra đĩa. Thế là cụ rùa ực thỏa mái và nhòm cụ ra điều cụ mới đúng là

Bụt, vì món khoái khẩu của rùa là ăn lá…dâm bụt.

Cụ quay sang ông Tản Đà và nói muốn hỏi gì nữa đi, Ta sắp thăng đây. Ông bèn vấn cụ giai thoại Lê Quí Đôn bị Nguyễn Trãi quở trách của Phạm Đình Hổ:

"…Đời Lê Hiển Tông, triều đình sai làm lại sổ sách đất đai của dân. Nhân thể, cũng muốn *rút bớt ân trạch với những khai quốc công thần* thuở trước. Khi xem đến đạo sắc ban cho Nguyễn Trãi, quan Bảng nhãn Lê Quý Đôn liền xé đi và nói:

- Đây là loạn thần tặc tử còn giữ đạo sắc làm gì?

(ý là ông Nguyễn Trãi và bà Nguyễn Thị Lộ giết vua, sau bị tru di tam tộc)

Tối đến, trong cơn mơ thấy có hai người lính lệ đến bắt dẫn tới công đường. Trên điện cao, có vị quan đang ngồi, lính giải Lê Quý Đôn vào, bắt quỳ dưới thềm.

Vị quan ngồi trên sập quát lớn:

- Ta là Tế văn hầu Nguyễn Trãi đây. Ngươi chỉ là kẻ tiểu sinh, sao dám xúc phạm đến các bậc khai quốc công thần. Tội người đáng chết, không thể tha thứ.

Mắng ông Bảng nhãn một hơi xong. Tế văn hầu mới nguôi giận, nói rằng:

- Công danh sự nghiệp, Ta không thèm sánh với ngươi. Ta vẫn biết ngươi thường tự kiêu là tay giáp bảng. Vậy, ngươi hãy về đọc lại bài *Bình Ngô đại cáo* của Ta. Nếu ngươi viết được hay hơn thì được quyền xét đạo sắc của Ta, không Ta bắt lỗi.

Khi tỉnh dậy Bảnh nhãn Lê Quý Đôn vội viết trả đạo sắc như cũ. Các công thần khai quốc khác cũng nhờ vậy cũng không bị rút bớt ân trạch…".

Ông Tản Đà nghe xuôi rót rồi, cụ lụng bụng : "Vậy chứ anh nghe chuyện vô nhân bất tri, nôm là *không ai không biết* này chưa". Không đợi trả lời, cụ dễ dàng:

Sau khi anh gánh thơ lên bán chợ trời trong tập thơ *Còn chơ*…thì hậu sinh, hậu bối nát bàn *Bình Ngô đại cáo* của Ta. Trước hết là hậu sinh sử gia Phạm Cao Dương:

Ai đã gọi Việt Nam là một nước văn hiến? Câu "Duy ngã Đại Việt chi quốc thực vi văn hiến chi bang" mà học giả Trần Trọng Kim, trong *Việt Nam Sử Lược* dịch là: "*Nước Việt ta từ trước vốn xưng văn hiến đã lâu*". Câu này nằm trong phần đầu của bài Bình Ngô Đại Cáo của Ta. Toàn bộ bài cáo kể trên được coi như một bản hùng văn hiếm có trong văn học, đồng thời cũng là một bản tuyên ngôn độc lập lần thứ hai của Ta sau bài Nam Quốc Sơn Hà Nam Đế Cư" thời nhà Lý, hồi Lý Thường Kiệt phá quân nhà Tống.

Câu hỏi được đặt ra là căn cứ vào đâu người sau lại có thể khẳng định như vậy? Để trả lời câu hỏi kể trên, người ta có thể mở các sách cổ của người Việt soạn thảo trước đó như Việt Điện U Linh Tập, Lĩnh Nam Chích Quái, An Nam Chí Lược, Việt Sử Lược để xem hai chữ văn hiến có được dùng để chỉ dân tộc ta và đất nước ta hay không. *Câu trả lời là không*. (theo sử gia Phạm Cao Dương)
Sau đó vua nhà Minh còn tặng bốn chữ Văn Hiến Chi Bang và thăng địa vị cho sứ thần Đại Việt lên trên sứ thần Triều Tiên ba cấp. Đồng thời khi sứ thần ta ra về, vua nhà Minh lại sai Ngưu Lượng mang sắc và ấn vàng sang phong thưởng cho vua ta. Lời ghi của Lý Tử Tấn kể trên cho ta thấy rõ nguồn gốc của hai chữ văn hiến mà Nguyễn Trãi đã dùng trong Bình Ngô Đại Cáo và sau này người Việt thường dùng khi nói tới văn minh, văn hóa, phong tục, tập quán nói riêng và dân tộc mình nói chung. Nó không

phải là tự người Việt ta đặt ra cho mình để tự tôn xưng mình mà là *do vua nhà Minh tặng*.

Trong khi ấy ông Tản Đà cứ năng nhặt chặt bị với vua Lê Thái Tổ trả gươm cho rùa. Bèn hỏi. Nghe rồi, cụ nhìn ông bằng nửa con mắt rùa nên ngôn giả bất tri nghĩa Nôm *người nói nhiều là người không biết gì hết*. Vì vậy ông không biết chuyện này:

"…Có một tác gia trích dẫn các sách *Sơn cư tạp thuật*, *Tang thương ngẫu lục*, *Đại Nam nhất thống chí*, *Hà thành kim tích khảo* để giải thích rằng : "Vua Lê trả kiếm" chỉ là truyền thuyết chứ không phải lịch sử. Vả chăng, tình tiết vua Lê trả kiếm *chỉ xuất hiện sớm nhất ở đầu thế kỉ XX* trong *Quốc văn giáo khoa thư* …"

Rồi cụ dóng dả vì ông đa thư loạn mục, là *đọc nhiều quá đâm rối mắt* nên không nhòm thấy huyền thoại vua Lê trả kiếm để có tên hồ Hoàn Kiếm gốc tích từ *Quốc văn giáo khoa thư* ở lớp năm, đồng ấu.

Ông ngẫm nguội tên hồ Hoàn Kiếm chỉ xuất hiện sớm nhất ở đầu thế kỉ XX, quả tình như cụ dậy, ông tri kỳ nhất bất nhi kỳ nhị Nôm là *biết một mà không biết hai* thật. Vì với sử thi vạn khổ thiên lao thì Thăng Long thời vua Lê chúa Trịnh: Vua quan hay ra hồ câu cá như Lã Vọng nên hồ có tên hồ Tả Vọng.

Tuy nhiên góp nhóp vào thời Pháp: Cầu yếu ớt mỏng manh, P.Bourde gọi là "cây cầu làm để cho loài dê đi hơn là cho những bàn chân nặng nề của người Âu". Chỉ đến năm 1887, nó mới được thay bằng cầu Thê Húc, dáng cong và sơn đỏ. Trên mặt hồ, hàng ngày "các phụ nữ ra đấy, lội xuống nước tận đầu gối, hay ngồi xổm trên các tấm ván cầu ao cách hồ vài bước để rửa rau vo gạo hoặc bát đĩa...".

(bản đồ Hà Nội do Phạm Đình Bách vẽ năm 1873)

Bản đồ do Phạm Đình Bách vẽ có tỷ lệ 1:12500. Kèm theo bản đồ là bảng chú giải bằng tiếng Pháp ghi đầy đủ Hà Nội với 15 cửa ô, hồ Tây và hồ Bảy Mẫu *có chim sâm cầm*. Riêng cái hồ nhỏ như cái ao vào thời vua Lê chúa Trịnh giữa thành phố Hà Nội, Phạm Đình Bách làm việc dưới quyền V. Leclanger, không hiểu lý sự gì V. Leclanger gọi là Le Lac de l'Épée restituée mà Phạm Đình Bách chú thích là hồ…Hoàn Kiếm. Thời Lê Trịnh đến thế kỷ 19 vì bị hoang phế nên hồ giống cái ao lớn, hay cái đầm. Chung quanh eo sèo dăm mái nhà tranh vách đất trên một vạt đất được gọi là đất…"Chó ỉa".

Năm 1884 hồ Hoàn Kiếm được người Pháp nới rộng và trồng cây phượng vĩ, cây lộc vừng, cây mõ, cây gạo quanh hồ như ngày nay. Năm 1886 kiến trúc sư người Pháp Maispel Disnel thiết kế một ngọn tháp kết hợp phong cách kiến trúc châu Âu với hàng cửa gothic hai tầng dưới nhưng phần mái cong giữ quy thức kiến trúc cổ Việt Nam. Bình đồ tháp ***hình chữ nhật** có 4 tầng* (tầng dưới trong hình bị khuất nên không nhìn thấy). Hai mặt phía đông và tây có 3 cửa. Phía nam và bắc có 2 cửa nhọn ở đầu. Đỉnh 2 tầng có lan can chạy xung quanh. Bốn đầu đao đắp uốn cong dần lên vào giữa đỉnh. Nhưng không hiểu lý do gì, chỉ ít lâu sau tháp này bị phá bỏ và dựng tháp rùa khác.

Năm 1890 họ đặt trên tháp rùa mới bức tượng Nữ thần Tự Do cao 3 mét. Bức tượng này được gọi là "Bà đầm xòe", ngự trên tháp rùa 6 năm, từ năm 1890 đến 1896.

Qua văn học sử: Hà Nội thời Lê Trịnh có hai hồ: Hữu Vọng và Tả Vọng cách nhau khá xa. Người Pháp cho lấp hồ Hữu Vọng, giữ lại hồ Tả Vọng và đặt tên là...hồ Hoàn Kiếm.

Tiếp đến cụ đủng đỉnh như chĩnh trôi song với thấy người ăn khoai cũng vác mai đi đào. Cụ vắt qua hậu bối là nhà biên khảo Nguyễn Đăng Thục:

Vấn đề dân tộc Việt Nam có "bốn ngàn năm văn hiến" như các nhà văn hóa hiện nay đưa ra khiến nhiều người thắc mắc, không biết hai chữ "văn hiến" có ý nghĩa gì.

Nguyễn Trãi khi giúp Lê Lợi đánh đuổi quân Minh, xây dựng lại nền độc lập nước nhà tuyên cáo với quốc dân:

Dụng ngã Việt chí quốc
Thực vi văn hiến chi bang
(...)

Việt, Triệu, Đinh, Lý, Trần chi triệu tạo ngã quốc
Dữ Hán, Đường, Tống, Nguyên nhi các đế nhất phương

Nghĩa là:

Thử xét nước nhà Đại Việt
Vốn thật một nước văn hiến
(...)

Từ Triệu, Đinh, Lý Trần dựng nên nước ta
Với Hán, Đường, Tống, Nguyên ai nấy làm chúa một phương

Đấy là Nguyễn Trãi chỉ muốn cổ võ cho tinh thần quốc gia dân tộc mà cũng chỉ dám kể từ nhà Triệu, tự xưng là Nam Việt vương đóng đô ở Phiên ngung ngày nay là Quảng Châu tỉnh Quảng Đông vào năm 237 trước T.C. Tính đến năm 1973 thì *mới được 1980 năm.* Như vậy thì lấy đâu ra 4.000 năm văn hiến? Nói đến văn hiến là ngụ ý có *văn chương và người hiền tài,* có công trình xây dựng cho đất nước. Nay nói "Bốn ngàn năm văn hiến" có nghĩa là *bốn ngàn năm trước Việt Nam đã có văn thư và người hiền, vậy thì lấy gì làm chứng cớ*?

***

Quang gánh trở lại với *Giấc mộng con* của Tản Đà đăng lần đầu trên *Đông Pháp*

thời báo, Sài Gòn, 1927:

"...Chỗ cụ Nguyễn Trãi ở rất là thâm nghiêm. Mình mới tới cửa, xưng danh, anh gác cửa không cho vào, nói là: Cụ ít khi có tiếp khách. Sau phải bảo anh rằng:
- Tôi là người nước ở hạ giới, không mấy khi lên tới đây. Bác cứ vào bẩm giúp, chắc thế nào Cụ cũng tiếp tôi.

Anh ta có vẻ bất đắc dĩ mà vào, một lát trở ra, thời quả nhiên Cụ cho gọi.
Theo anh canh cửa vào, thấy đưa thẳng ra vườn hoa phía sau, nói rằng Cụ đang ngồi đợi. Mình thấy Cụ bắt hai tay ra đằng sau, đương đi bách bộ, vẻ mặt coi thật là buồn rầu mà như ý trầm tư lắm, mình đến giáp trước mặt Cụ, cúi đầu chắp tay chào.
- Anh Hiếu, tôi đương buồn, anh đến chơi cũng hay.
Sau đó, Cụ sai lấy bàn ghế và rượu ra uống. Mình từ tạ không dám ngồi.
Cụ cầm ve rượu rót cho mình và nói rằng:

- Cái này, tôi cũng không uống được mấy, nhưng *buồn quá thì mượn nó để tiêu sầu.* Anh uống được, cứ uống.

Uống một hai chén rượu, không thấy Cụ nói chuyện gì, sắc mặt Cụ thì chỉ thấy cứ như thể buồn rầu nghĩ ngợi.
- Bẩm như Cụ, công nghiệp như thế mà cái cảnh ngộ về sau không ra sao; *người nước ta sau này đọc sử đến chỗ đó*, ai cũng phải lấy làm buồn.
- Cái cảm giác của người đọc sử về tôi thế nào thời tôi không biết, còn như tôi buồn về *bà Nguyễn Thị Lộ vì tôi mà chịu cái nạn oan khiên*...Còn một chuyện buồn nữa, tôi không tiện kể anh nghe.."

Ông Tản Đà nghe từ tai lỗ chui qua lỗ miệng: "Vậy chứ giai thoại bán chiếu gon có thật không, thưa cụ". Cụ từ từ như ông Từ vào đền qua ông Ngộ Không nào đấy viết trong *Mây giăng giăng vườn vải* năm 2004 :

"...qua sách *Lịch triều hiến chương loại chí* (Tập 1, tr. 233), Phan Huy Chú chép:

Ông (Nguyễn Trãi) lúc nhỏ đi đường gặp bà (Nguyễn Thị Lộ) ở Vũ Lăng, là một xã ở huyện Tiền Hải, Thái Bình. Trong khi bà Nguyễn Thị Lộ quê ở làng Hải Triều, tức làng Hới ở huyện Hưng Hà, Thái Bình. Bà Nguyễn Thị Lộ gánh chiếu từ Hải Triều tới Vũ Lăng...gần hơi là gánh chiếu từ Thái Bình lên Thăng Long..."

Trong khi ấy, cụ rùa dòm cụ ngúc ngắc đầu, cụ gật đầu: "Này anh tai rùa nghe cho rõ nhá". Nhá nhem rồi cụ bòn mót *Bài thơ ghẹo Thị Lộ* không phải là của Ta.

***

Xong, tay ôm cụ rùa, tay cầm cút rượu làng Vân cụ bay về trời. Như đã viết trong *Giấc mộng con*, trên trời buồn lắm, ngồi ngoài vườn uống rượu, cụ không có người...đối ẩm.

Thạch trúc thảo lư

Giáp Thìn 2024

Ngộ Không Phí Ngọc Hùng

Nguồn: Nguyễn Dư, Phan Huy Lê, Võ Thu Tịnh, Trần Quang Đức

Vầng trăng cô đơn

Ngọc Trân

Đêm nay giữa mênh mông trên biển vắng
Nhìn vầng trăng soi bóng trên trùng khơi
Lòng bâng khuâng nhớ lại thuở xa vời
Ngày hai đứa đêm trăng cùng sánh bước.

Tay trong tay cùng nhau xây mộng ước
Mong tình mình muôn kiếp chẳng hề phai
Vì Chiến tranh anh cất bước miệt mài
Vầng trăng đó vẫn theo anh mãi mãi.

Nhớ những đêm đóng quân ngoài biên ải
Nhìn hỏa châu tưởng nhớ ánh trăng xưa
Thương về em đang gối chiếc đợi chờ
Và nhớ đến một người nơi quan tái.

Chiến tranh tàn anh tìm em nào thấy
Để rồi anh biền biệt mãi phương xa
Nơi xứ người đã mấy mùa đông qua
Ta xa mãi và xa nhau mãi mãi!

Nhìn trăng khuya nhớ vầng trăng thuở ấy
Sao lạnh lùng trống vắng quá người ơi
Từng ngày qua lòng vẫn thấy đơn côi
Như trăng lạnh giữa đêm trên biển vắng!

www.ingramcontent.com/pod-product-compliance
Lightning Source LLC
LaVergne TN
LVHW082057051026
849532LV00011B/3612
* 9 7 9 8 3 3 0 4 3 3 4 6 9 *